THE AMAZIN BEASTS OF PHILIPPINE MYTHOLOGY

WRITTEN AND ILLUSTRATED BY
ANG ILUSTRADOR NG KABATAAN [ANG INK]

TUTTLE Publishing

Tokyo | Rutland, Vermont | Singapore

Do you believe in the supernatural?

"Tabi-tabi po" means "Kindly step aside and allow us to pass through."
These words are respectfully addressed to the supernatural beings
that dwell in the hollow trunks of trees, in the anthills and underground
burrows, in the mountain caves and the underwater caves. Urbanization,
however, had disturbed the supernatural realm and forced its inhabitants
to blend into the workaday world. It's believed that these unseen
creatures guard their new territories just as jealously and don't take too
kindly to trespassing, intentional or otherwise.

It's customary for Filipinos to say "Tabi-tabi po" when entering or passing
unfamiliar territory or places suspected to be inhabited by nature spirits
or elemental entities. So be warned as you venture into the realm of the
supernatural. Get to know these amazing creatures, but please remember
to say, "Tabi-tabi po!"

—The Authors

Naniniwala ka ba sa kababalaghan?

Ang ibig sabihin ng "Tabi-tabi po" ay "Makikisuyo at makikiraan po." Ito ay paggalang na ipinaaabot sa talulikas o makababalaghang mga nilalang na nananahan sa mga puno, sa mga punso at sa mga lungga sa ilalim ng lupa, sa mga kweba sa kabundukan at sa ilalim ng dagat. Tininag ng urbanisasyon ang mundo ng kababalaghan kaya napilitan ang mga nilalang na makisabay sa panahon at makihalubilo sa mundo ng tao. Pinapaniwalaang mahigpit na nagbabantay ang mga di-nakikitang nilalang sa kanilang bagong teritoryo, at masungit pa rin sa panghihimasok, sadya man o hindi.

Kaugalian ng mga Filipinong magsabi ng "Tabi-tabi po" kapag pumapasok o dumadaan sa bagong teritoryo o mga lugar na maaaring pinamamahayaan ng mga espiritu ng kalikasan at mga nilalang na elemental. Kaya't mag-ingat sa pakikipagsapalaran sa mundo ng kababalaghan. Kilalanin ang mga pambihirang mga nilalang na ito, at huwag kalilimutang magsabi ng, "Tabi-tabi po!

Types of Creatures

Mga Kaurian

DEMONS
Demons assume ghastly forms, all designed to torture and harass humans with nightmares, disease or similar misfortunes and to terrify them into insanity.

DEMONYO
Nag-iiba-iba ng anyo ang mga Demonyo, pawang para sa pagdulot ng hirap at kaguluhan sa tao, maaring sa pamamagitan ng bangungot, karamdaman, o anumang kamalasan, at upang takutin ito hanggang masiraan ng ulo.

DRAGONS
Winged or wingless, Dragons are fire-breathing creatures with horns, scaled reptilian bodies and the head and forelegs of a fierce animal or bird.

DRAGON
May pakpak o wala, ang mga Dragon ay mga nilalang na may sungay, makaliskis na katawan ng reptilyo, at ang ulo at paa ng mabangis na hayop o ibon.

ELVES

As nature spirits possessing magical powers and supernatural beauty, Elves regard humans with ambivalence and always seem to waver between helping them and making their lives difficult.

GHOULS

Looking like disfigured humans, Ghouls are rapacious creatures that feed on the flesh of fresh cadavers stolen from cemeteries.

ENGKANTO

Mga kaluluwa ng kalikasan na may taglay na mahiwagang kapangyarihan at pambihirang kagandahan, hati ang loob ng mga Engkanto tungkol sa mga tao—kung tutulungan nila ito, o pahihirapan nila ito.

DWARVES

Deformed and diminutive, Dwarfs are endowed with supernatural intelligence and extraordinary cunning and live underground or in fine mansions in anthills or termite mounds.

IMPAKTO

May anyo ng dispiguradong tao, ang mga Impakto ay mababangis na nangangain ng laman ng mga bangkay na ninanakaw mula sa mga sementeryo.

DUWENDE

Dispigurado at maliit, ang mga Duwende ay may taglay na pambihirang talino at pagkatuso, at nananahan sila sa mararangyang mansiyon sa punso ng langgam o anay, o sa ilalim ng lupa.

Page 4–8 Illustrations by Aaron Asis

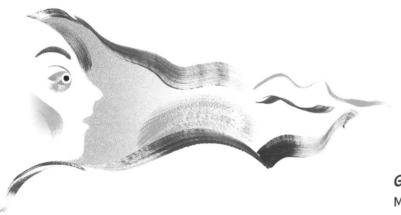

GHOSTS

Ghosts are the spirits of the dead. They assume different forms—ranging from human-like to disfigured to glowing orbs, from solid forms to disembodied spectral entities.

MULTO 87
WHITE LADY 120

MULTO

Ang Multo ay kaluluwa ng mga patay na tao. May iba't ibang anyo ng Multo: may mala-tao, dispigurado, may kumikinang na globo, mayroong anyong totoong tao at mayroon ring malikmata.

GIANTS

May be human, animal or bird in form, and although enormous in size and horrifying in appearance, most Giants are relatively harmless and generally simple-minded.

BUNGISNGIS 32
BURINGCANTADA 35
GAWIGAWEN 55
GISURAB 57
IKUGAN 58

HIGANTE

Maaaring tao, hayop, o ibon ang anyo, at kahit dambuhala at nakakatakot ang hitsura ng mga Higante, karamihan sa kanila ay di nananakit, at pangkaraniwan ay hindi matalino.

MERFOLK
Half-human and half-fish and possessing magical wisdom, Merfolk reside in streams, ponds, lakes, rivers and seas and are associated with tragic events like floods, storms, shipwrecks and drownings.

CATAO 44
SIRENA 100
SIYOKOY 105
UGKOY 114

TAONG-ISDA
Kalahating tao at kalahating isda, may taglay na mahiwagang karunungan, ang mga Taong-Isda ay nananahan sa sapa, danaw, lawa, ilog, at dagat, at nauugnay sa mga trahedya gaya ng baha, unos, paglubog ng bapor, at pagkalunod.

OGRES
Described as being gigantic and uncouth, Ogres come in human, beastly, bird-like or fish-like forms and are voracious for human flesh.

ALAN 13
BERBEROCA 28
BUSO 36
SIRING 102

DAMBUHALA
Inilalarawan bilang malaki at magaspang, ang mga Dambuhala ay nagpapakita sa anyong tao, mala-hayop, mala-ibon, o mala-isda, at may taglay na katakawan para sa laman ng tao.

VAMPIRES
By day, Vampires mingle with humans and then fly out at night, gorging themselves on the vital essence of humans—in the form of blood.

DANAG 49
MANDURUGO 76

BAMPIRA
Sa araw, nakikihalubilo ang mga Bampira sa mga tao, at sa gabi ay lumilipad, upang magpakabundat sa dugo—ang esensya ng buhay ng tao.

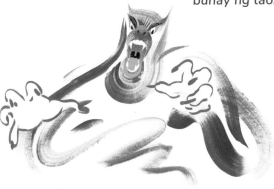

7

VISCERA SUCKERS

The self-segmenting Viscera Suckers sprout wings on their upper bodies and fly out in search of victims whose entrails, sputum and fetuses they suck out using their long, tubular tongues.

BOROKA 30
MANANANGGAL 74
WAKWAK 119

ASWANG

Ang Aswang na may katawang kusang naghihiwalay ay tinutubuan ng pakpak, at lumilipad ito upang maghanap ng biktimang sisipsipan ng bituka, plema, at bilig gamit ang mahaba't mala-tubong dila.

WEREBEASTS

Werebeasts are humans transformed into fierce beasts—wild pigs, feral cats, wild dogs—by bewitchment, and a taste for human flesh accompanies the change.

KIWIG 65
SIGBIN 99
UNGO 117

TAONG-HALIMAW

Ang mga Taong-Halimaw ay mga taong pinagba-gong-anyo ng balani, upang maging mabangis na halimaw—baboy-ramo, mabangis na pusa at aso—na sinasamahan ng pagkahilig sa laman ng tao.

WITCHES

Witches can transform themselves into any shape—living or non-living—can become invisible and inflict harm on people and animals by means of magic.

MAMBABARANG 71
MANGKUKULAM 78

BRUHA

Nakapagbabago ang mga Bruha ng anyo—buhay, o walang buhay na mga bagay, maaaring maging im- bisible, at maaaring makasanhi ng pinsala sa tao at hayop gamit ang salamangka.

The Creatures

Mga Nilalang

Agta [ag-ta]

TYPE: DEMONYO | **ORIGIN:** CEBUANO, WARAY

The Agta is a huge, dark, hairy creature with a long beard. Often it's naked, and it enjoys smoking cigars while perched on a tree branch. The Agta lures beautiful village maidens deep into the forest by showering them with flower petals. To prevent it from seducing girls, its privates must be scalded or poked with a flaming object. The Agta can't be easily seen in plain sight; one has to bend down and look between their legs to properly see an Agta.　—BETH PARROCHA

Ang Agta ay isang malaki, maitim, at balbong nilalang na may mahabang balbas. Kadalasan ito'y nakahubad, at mahilig itong manabako habang nakaupo sa isang sanga ng puno. Mahilig magpaulan ng mga talulot ng bulaklak ang Agta upang akitin ang mga magagandang dilag na pumunta sa kagubatan. Para pigilan siya sa pagdukot ng mga dilag, kailangang pasuin o sundutin ang kanyang ari ng nagliliyab na bagay. Ang Agta ay hindi basta-bastang nakikita; kailangang yumuko nang mababa at silipin sa pagitan ng dalawang binti upang makitang mabuti ang Agta.

GREEN
MANGOES
₱20
ONLY

Alan [a-lan]

TYPE: DAMBUHALA | **ORIGIN:** TINGGUIAN

Cannibal Alans hunt for food at night and eat their victims alive. They bribe expectant mothers with a supply of green mangoes in exchange for their babies, once they give birth. Alans live in the deep part of the forest in houses filled with jars of precious gems stolen from their human victims. The Alan has the appearance of a deformed human: its toes are at the back of its feet, and its fingers point backward from their wrists. —KORA DANDAN ALBANO

Ang kanibal na Alan ay naghahanap ng pagkain sa gabi, at kinakain nito ang mga biktima nang buhay. Sinusuhulan nito ang mga buntis na babae ng hilaw na mangga kapalit ng pangakong ibibigay sa kanya ang mga sanggol na ipapanganak nila. Nananahan ang Alan sa kasukalan ng kagubatan, sa isang marangyang bahay na puno ng garapon ng mamahaling hiyas na ninakaw mula sa mga biktima nito. Ang Alan ay may anyong depormadong tao: nakaturo patalikod ang mga daliri nito sa paa, at ang mga daliri naman ng kamay ay nakaturo palayo sa pupulshuhan.

Ani-Ani [a-nee-a-nee]

TYPE: DEMONYO | **ORIGIN:** ZAMBALES

Resembling humans in appearance but standing at least eighteen feet tall, the Ani-Ani comes out only during the new moon. It has the ability to transform itself physically to resemble a carabao, a horse or a pig. It's usually found smoking while sitting on a branch of a large tree like the talisay, and it likes blocking the path of nighttime travelers. Dark, rough-skinned and hairy, some Ani-Ani sport beards. All of them, however, have a strong, distinctive goat smell. —ARA VILLENA

Mukhang tao, ngunit hindi bababa sa labingwalong talampakan ang taas, ang Ani-ani ay lumalabas lamang kapag bagong-buwan. May kakayahan itong baguhin ang kanyang anyo, upang magmukhang kalabaw, kabayo, o baboy. Makikita itong humihithit ng tabako habang nakaupo sa sanga ng malaking puno gaya ng Talisay, at hilig nitong harangan ang daanan ng mga manlalakbay sa gabi. Maitim, may magaspang na balat, at balbon ang Ani-ani. May mga Ani-ani na may balbas. Gayunpaman, lahat sila ay tiyak na may malakas na anghit ng kambing.

Annani [a-**na**-nee]

TYPE: ENGKANTO | **ORIGIN:** IBANAG

Annanis appear as diminutive male and female humans—good-looking and fair-skinned. They're mischievous and play pranks on humans, but often make friends with humans and give them gifts if they grow fond of them. Except for its mischievous nature and its weird appetite for the uncooked heads of carabaos, the Annani is harmless, because it feeds mostly on the foods humans eat. The Annani is fiercely protective of its territory, but it's easily appeased with gifts of pig, rice cakes, coconut milk, sugar, rice wine, cigars and betel chew.   —AL ESTRELLA

Nagpapakita ang Annani bilang maliliit na babae o lalaking tao—maganda at maputi ang balat. Pilyo sila at mahilig manloko ng tao, ngunit kadalasan ay nakikipagkaibigan sila sa mga tao at nireregaluhan pa nila kapag nakagigiliwan. Maliban sa kanilang kapilyuhan at kakatwang pagkahilig sa hilaw na ulo ng kalabaw, ang Annani ay hindi mapanganib, sapagkat pagkaing pantao rin ang kinakain nito pangkaraniwan. Madamot ang Annani sa sinumang nais manghimasok sa kanilang teritoryo, ngunit madali naman itong napaaamo kapag niregaluhan ng baboy, bibingka, niyog, asukal, basi, tabako, at nganga.

Baconaua [ba-ko-**na**-wa]

TYPE: DRAGON | **ORIGIN:** HILIGAYNON

Ancient people believed that eclipses occurred whenever the Baconaua enclosed the sun or moon in its mouth. The Baconaua has a large mouth the size of a lake, a very red tongue, long and coarse whiskers, enormous ash gray-colored wings, gills and smaller wings at its sides. To make the Baconaua spit out the sun or moon from its mouth, ancient Filipinos made noise by screaming at the top of their lungs while loudly beating brass gongs.

—KORA DANDAN ALBANO

Paniwala ng mga sinauang tao na nagaganap ang paglalaho tuwing isusubo ng Baconaua ang araw o buwan. Ang bibig ng Baconaua ay sinlaki ng isang lawa, may dila itong napakapula, mahahaba't magaspang na tutsang, malalaking pakpak na kulay-abo, hasang, at maliliit na pakpak sa tagiliran. Upang piliting iluwa ng Baconaua ang araw at buwan mula sa bibig nito, humihiyaw ang mga sinaunang Filipino habang hinahampas nila ang kanilang mga agung.

Balbal [bal-**bal**]

TYPE: IMPAKTO | **ORIGIN:** TAGABANUA

A Balbal looks human, but it can fly like a bat when hunting for food. Once a Balbal locates a house with a dead person, it perches on the roof and waits for a chance to strike. The Balbal tears the thatched roof with its nails to create a hole through which it inserts and unfurls its long tongue. It licks the corpse and then hauls it up through the roof using its tongue, replacing the corpse with an effigy of the dead person made from the trunk of a banana tree. —MARCUSHIRO NADA

Mukhang tao, ngunit nakalilipad parang paniki kapag naghahanap ng pagkain. Sa sandaling makatunton ang Balbal ng isang bahay na may bangkay, umuupo ito sa bubungan at naghihintay ng pagkakataong sumalakay. Gamit ang matutulis nitong mga kuko, pinupunit ng Balbal ang bubungang pawid at gagawa ng butas kung saan nito palulusutin ang mahabang dila. Didilaan niya ang bangkay at hihilahin ito pataas, gamit lamang ang dila, at papalitan ito ng troso ng saging na nakaukit ayon sa wangis ng bangkay.

Batibat [ba-ti-bat]

TYPE: DEMONYO | **ORIGIN:** ILOKO

The Batibat lives in the holes of trees, and when the tree is cut down to be used as a post for a house, it continues to reside in the hole, inside the house of its potential victims. The Batibat attacks by straddling and suffocating sleeping victims, pinning them down with its immense weight, causing them to have *bangungot*, a nightmare that makes them die in their sleep. To free oneself from the Batibat, victims must wake themselves by biting their thumbs or wiggling their big toes.   —LIZA FLORES

Nananahan ang Batibat sa mga butas ng mga puno, at kapag pinutol ang puno upang gamitin bilang haligi ng isang bagong bahay, patuloy itong namamahay sa butas, sa loob ng bahay ng potensyal na biktima. Ginagambala ng Batibat ang mga natutulog, at dinadaganan ang biktima at binibigyan ng bangungot, na nagiging sanhi ng pagkasawi habang natutulog. Upang makawala mula sa Batibat, kinakailangang gisingin ng biktima ang sarili sa pamamagitan ng pagkagat sa kanilang hinlalaki at sa pagkislut-kislot ng hintuturo sa paa.

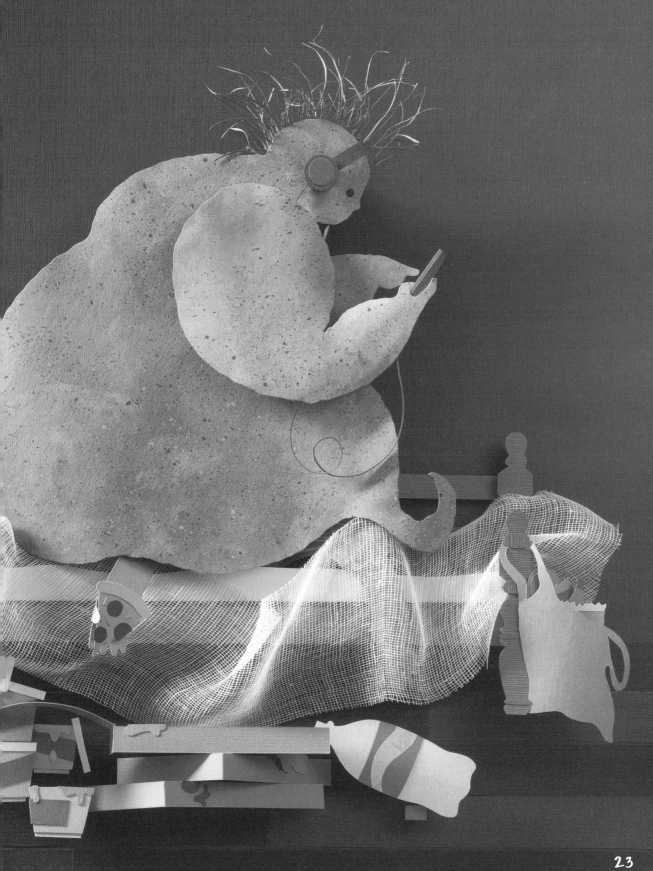

Bawa [ba-wa]

TYPE: DRAGON | **ORIGIN:** HILIGAYNON

The Bawa is a very large bird that soars through the air and swallows the moon. Ancient people believed that the disappearance of the moon ushered in times of famine. They believed that the Bawa lived in a place higher than the sky, in a large hollow cave called Calulundan, the entrance of which was protected by blue smoke. To placate it and coax it to release the moon, humans must shout, play loud music and make offerings of food. —PERGY ACUÑA

Ang Bawa ay isang dambuhalang ibon na miminsan ay lumilitaw upang isubo ang buwan. Pinaniniwalaan ng mga sinaunang tao na nagbabadya ng taggutom ang paglalaho ng buwan. Naniniwala sila na nananahan ang Bawa sa isang lugar na mas mataas pa sa kalangitan, sa isang mahugong na kuweba na tinatawag na Calulundan, na ikinakanlong ng asul na usok. Upang amuin ito at himuking palayain ang buwan, kinakailangang humiyaw, magpatugtog ng malakas na musika, at mag-alay ng pagkain ang mga tao.

Berbalang [ber-ba-lang]

TYPE: IMPAKTO | **ORIGIN:** BIKOL, TAGALOG, WESTERN VISAYAN

Berbalangs are quiet, shy and hate socializing. They have a keen sense of hearing, which is useful in detecting the sounds of people who are dying, even from afar. During the day, Berbalangs work in businesses involving meat, like making sausages or running a butcher's shop, to avoid arousing suspicion about their gruesome nighttime activities. A black chick-like creature in the Berbalang's stomach makes them crave corpses. Berbalangs fear spices, vinegar, fire and knives, because these are the things that can be used to kill them.   —SERGIO BUMATAY III

Ang mga Berbalang ay tahimik, mahiyain, at ilag sa tao. May matalas itong pandinig na nakatutulong sa paghanap ng mga taong naghihingalo, kahit malayo. Sa araw, upang maitago ang kanilang mga gabgawaing nakapangingilabot, ang kanilang kabuhayan ay may kinalaman sa karne, tulad ng pagkatay at paggawa ng produktong karne. Isang itim na sisiw sa loob ng tiyan ng Berbalang ang nakapagbibigay dito ng pagkasabik para sa bangkay. Takot ang mga Berbalang sa rekado, suka, asin, apoy, at mga kutsilyo— mga bagay na maaring gamitin sa pagpatay sa kanila.

Berberoca [ber-be-**ro**-ka]

TYPE: DAMBUHALA | **ORIGIN:** APAYAO

The Berberoca befriends potential victims by offering to help them fish. The gigantic Berberoka can dam up a river by reclining across it, draining the river and allowing the people to pick up the stranded fish. Taking advantage of the people's excitement over the trapped fish, the Berberoca suddenly gets up to release the river in a wild, powerful surge that will sweep them away and drown them, making it easier for the Berberoca to eat them. Despite their immensity and legendary ferocity, Berberocas are deathly afraid of crabs. —ROBERT ALEJANDRO

Nagpapanggap na magiliw sa tao ang Berberoca, at kunwa'y tutulong itong mangisda. Sa laki ng Berberoca, kaya nitong saplarin ang isang ilog sa pamamagitan ng paghiga dito, upang matuyo ang ilog at mapulot ng mga tao ang mga isdang naumang. Habang abala ang mga tao, tatayo bigla ang Berberoca upang pakawalan ang tubig ng ilog sa isang napakalakas na daluyong na tatangay at aanod sa tao, upang mas madali niyang makain ang mga ito. Ngunit sa kabila ng kadambuhalaan at kabangisan nito, ito ay may napakalaking takot sa alimango.

Boroka [bo-ro-ka]

TYPE: ASWANG | **ORIGIN:** ILOKO

By day, the Boroka is an attractive woman, with long hair and fair skin, but at night, it sprouts bird-like wings, and its upper torso detaches from its lower body. The Boroka likes eating young children and is especially fond of their hearts and livers. Once in a while, it will leave a kidnapped child alive to keep as a slave. If the child proves to be obedient and trustworthy, the Boroka will treat it to a special breakfast of fresh human heart and liver the next day.

—DANI FLORENDO

Sa araw, ang Boroka ay isang kaakit-akit na dilag na may mahabang buhok at maputing balat, ngunit sa gabi ay tinutubuan ito ng mga pakpak, at nahahati ang itaas na bahagi ng katawan nito mula sa ibabang bahagi. Maliliit na bata ang hilig kainin ng Boroka, at paborito nito ang puso at atay nila. Ang batang hindi nito kinakain, inaalipin nito. At kung mapatunayan ng bata na siya ay masunurin at mapagkakatiwalaan, gagantimpalaan ito ng Boroka ng isang espesyal na almusal ng sariwang puso at atay ng tao kinaumagahan.

Bungisngis [boo-**ngis**-ngis]

TYPE: HIGANTE | **ORIGIN:** TAGALOG

The Bungisngis derives its name from the Filipino word "ngisi," which means "grin" because it appears to be always grinning. The large teeth and two sharp tusks curling out from either side of its big mouth make the Bungisngis look truly horrifying. Its elastic thick and fat upper lip can be peeled back and pulled over its eyes. It possesses brute strength that enables it to lift a full-grown carabao and hurl it with such force to bury it knee-deep in the ground. The Bungisngis can be easily outwitted, because it scares easily.　　—HARRY MONZON

Mula sa salitang "ngisi" o "grin" sa Ingles ang ngalang Bungisngis dahil parati itong nakangisi. Dahil sa malalaking ngipin at dalawang matutulis na pangil na magkabilaang bumabalantok mula sa bibig nito, kahindik-hindik ang hitsura ng Bungisngis. Ang mapintog at makapal na itaas na labi nito ay nababanat pataas, upang takpan ang mga mata nito. Sa pambihirang lakas ng Bungisngis, kaya nitong buhatin ang isang magulang na kalabaw, ihagis ito nang buong lakas at ibaon ito hanggang tuhod sa lupa. Ang Bungisngis ay madaling mautakan dahil madali itong mataranta.

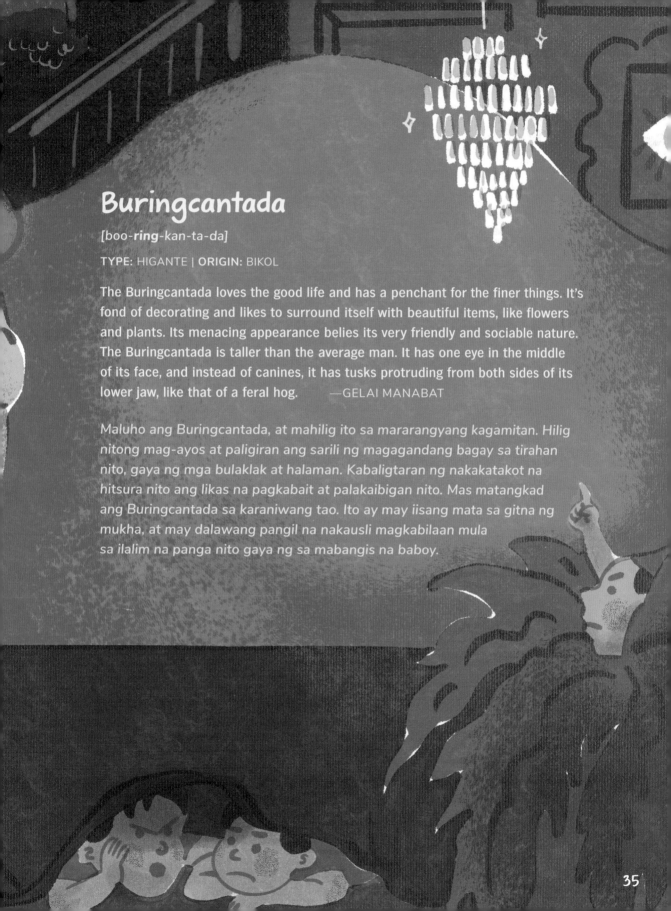

Buringcantada

[boo-**ring**-kan-ta-da]

TYPE: HIGANTE | **ORIGIN:** BIKOL

The Buringcantada loves the good life and has a penchant for the finer things. It's fond of decorating and likes to surround itself with beautiful items, like flowers and plants. Its menacing appearance belies its very friendly and sociable nature. The Buringcantada is taller than the average man. It has one eye in the middle of its face, and instead of canines, it has tusks protruding from both sides of its lower jaw, like that of a feral hog. —GELAI MANABAT

Maluho ang Buringcantada, at mahilig ito sa mararangyang kagamitan. Hilig nitong mag-ayos at paligiran ang sarili ng magagandang bagay sa tirahan nito, gaya ng mga bulaklak at halaman. Kabaligtaran ng nakakatakot na hitsura nito ang likas na pagkabait at palakaibigan nito. Mas matangkad ang Buringcantada sa karaniwang tao. Ito ay may iisang mata sa gitna ng mukha, at may dalawang pangil na nakausli magkabilaan mula sa ilalim na panga nito gaya ng sa mabangis na baboy.

35

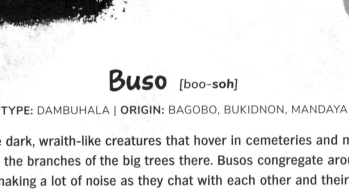

Buso [boo-soh]

TYPE: DAMBUHALA | **ORIGIN:** BAGOBO, BUKIDNON, MANDAYA

Busos are dark, wraith-like creatures that hover in cemeteries and make their homes in the branches of the big trees there. Busos congregate around fresh graves, making a lot of noise as they chat with each other and their children play. They dig up unguarded corpses and feed on them, eating every morsel clean off the bone. It's difficult to see a Buso with the naked eye; however, if a person does see a Buso, the creature would appear as a shadow, and even then the vision will only be fleeting. —ROBERT ALEJANDRO

Ang mga Buso ay mala-aninong multong umaaligid sa mga sementeryo, at nananahan sa mga sangay ng mga malalaking punong kahoy doon. Nagtitipon ang mga Buso sa paligid ng mga sariwang nitso at maingay na nakipagbabalitaktakan sa kapwa Buso habang nakikipaglaro ang kanilang mga anak sa ibang mga batang Buso. Nanghuhukay sila ng bangkay at kinakain ito, sinisimot hanggang buto. Mahirap makakita ng Buso gamit ang pawang mga mata lamang; gayunpaman, kung masipat man ito ay bilang anino, at ang pangitaing ito ay panandalian lamang.

Buwaya [boo-wa-ya]

TYPE: DRAGON | **ORIGIN:** TAGALOG, ILOKO

A Buwaya is a saurian—a reptile-like creature with mottled skin. It has a coffin-like saddle on its back on which it carries its victim. To appease the Buwaya and persuade it to allow them safe passage, boatmen developed a habit of throwing in the water, or placing on the river bank, a portion of what they carried in their boats, as tribute. Ancient people called the Buwaya "Nuno" (grandfather), and implored with it to stay in the deep, so it won't frighten or harm them.

—JOMIKE TEJIDO

Ang Buwaya ay isang mala-reptilyang nilalang na may batik-batik na balat. Sa likod nito ay may pasan itong sintaderang parang kabaong, kung saan nito nilululan ang biktima. Upang amuin at himukin ang butiking-tubig na hayaan silang tumawid nang ligtas, itinatapon ng mga bangkero ang isang bahagi ng kanilang kargamento mula sa kanilang bangka, bilang pag-aalay. Kapag nakikita nila ito, tinatawag nila itong "Nuno" at pinakikiusapan nila itong manatili sa ilalim ng tubig, at huwag silang sasaktan.

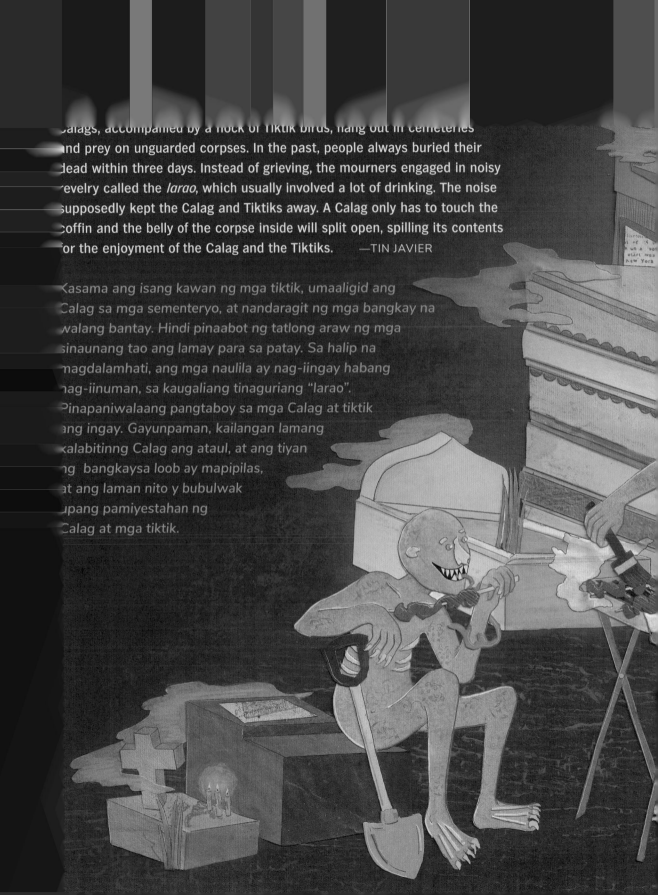

Calags, accompanied by a flock of Tiktik birds, hang out in cemeteries and prey on unguarded corpses. In the past, people always buried their dead within three days. Instead of grieving, the mourners engaged in noisy revelry called the *larao*, which usually involved a lot of drinking. The noise supposedly kept the Calag and Tiktiks away. A Calag only has to touch the coffin and the belly of the corpse inside will split open, spilling its contents for the enjoyment of the Calag and the Tiktiks. —TIN JAVIER

Kasama ang isang kawan ng mga tiktik, umaaligid ang Calag sa mga sementeryo, at nandaragit ng mga bangkay na walang bantay. Hindi pinaabot ng tatlong araw ng mga sinaunang tao ang lamay para sa patay. Sa halip na magdalamhati, ang mga naulila ay nag-iingay habang nag-iinuman, sa kaugaliang tinaguriang "larao". Pinapaniwalaang pangtaboy sa mga Calag at tiktik ang ingay. Gayunpaman, kailangan lamang kalabitinng Calag ang ataul, at ang tiyan ng bangkaysa loob ay mapipilas, at ang laman nito y bubulwak upang pamiyestahan ng Calag at mga tiktik.

Calanget [ka-**la**-nget]

TYPE: DUWENDE | **ORIGIN:** IFUGAO

The diminutive Calangets are regarded by the ancient people as the guardians of the land whose permission first needs to be sought before they could cultivate it. Calangets are invisible to the human eye, and so one must seek a Calanget's permission to pass by a mound. If the person accidentally disturbs a Calanget standing or resting by a mound as they pass, they'll make the creature angry and provoke it to inflict harm. If summoned by shamans, a Calanget will respond by making a whizzing sound.　—JAP MIKEL

Ang munting mga Calanget ay ang kinikilala bilang tagabantay ng lupa, na dapat hingan ng pahintulot bago magbungkal. Imbisible ang mga Calanget sa mata ng tao, kung kaya nangangailangang magpasintabi ang tao kapag dumadaan sa mga punso, upang tiyakin na hindi nito magagambala ang isang Calanget na nakatayo o nagpapahinga, dahil tiyak magagalit ito, at mananakit. Kapag nananawagan sa mga ito ang mga salamangkero, ito ay tutugon sa pamamagitan ng paghuni.

HIGHLAND HOMES

SOON TO RISE!

0325-142-0891 / 0229-121-2118

Catao [ka-ta-o]

TYPE: TAONG-ISDA | **ORIGIN:** CEBUANO, HILIGAYNON

Cataos are beautiful temptresses of the deep. Catao literally means "likeness of a person." Cataos sing mournful songs that cause men to hallucinate and make fatal mistakes while navigating. The Catao lures sailors to their destruction either by making them jump off their ship or by hypnotizing the ship's crew with enchanting lights—to cause the ship to ram against the rocks and sink or to run aground.

—IORI ESPIRITU

Ang mga Catao ay ang mga kabigha-bighaning mga mang-aakit sa ilalim ng dagat. "Anyong-tao" ang kahulugan ng Catao. Sa pamamagitan ng kanilang malulungkot na awit, nakasasanhi ang Catao ng halusinasyon at nakapipinsalang pagkakamali sa nabigasyon. Nilulunod ng Catao ang mga marinero sa pamamagitan ng pag-udyok ditong tumalon sa dagat, o gamit ang mga ilaw na kaakit-akit, paglito at pagligaw sa mga tripulante—dahilan upang sumalpok ang kanilang barko sa mga bato at lumubog, o sumadsad sa baybayin.

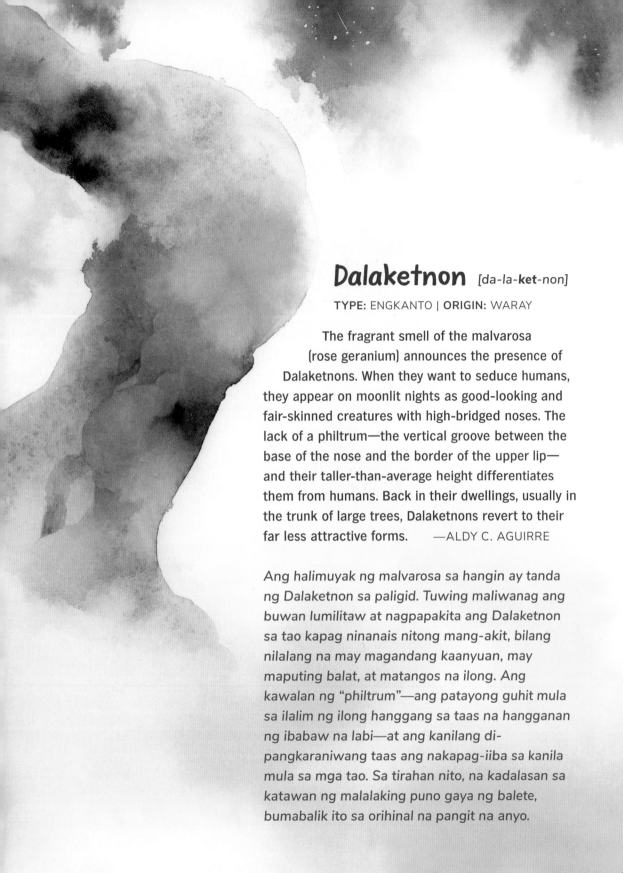

Dalaketnon [da-la-**ket**-non]

TYPE: ENGKANTO | **ORIGIN:** WARAY

The fragrant smell of the malvarosa (rose geranium) announces the presence of Dalaketnons. When they want to seduce humans, they appear on moonlit nights as good-looking and fair-skinned creatures with high-bridged noses. The lack of a philtrum—the vertical groove between the base of the nose and the border of the upper lip—and their taller-than-average height differentiates them from humans. Back in their dwellings, usually in the trunk of large trees, Dalaketnons revert to their far less attractive forms. —ALDY C. AGUIRRE

Ang halimuyak ng malvarosa sa hangin ay tanda ng Dalaketnon sa paligid. Tuwing maliwanag ang buwan lumilitaw at nagpapakita ang Dalaketnon sa tao kapag ninanais nitong mang-akit, bilang nilalang na may magandang kaanyuan, may maputing balat, at matangos na ilong. Ang kawalan ng "philtrum"—ang patayong guhit mula sa ilalim ng ilong hanggang sa taas na hangganan ng ibabaw na labi—at ang kanilang di-pangkaraniwang taas ang nakapag-iiba sa kanila mula sa mga tao. Sa tirahan nito, na kadalasan sa katawan ng malalaking puno gaya ng balete, bumabalik ito sa orihinal na pangit na anyo.

Danag [da-nag]

TYPE: BAMPIRA | ORIGIN: ISNEG

The Danags cultivated taro in the olden days, and worked side by side with humans, clearing and cultivating vast fields with them. They developed an appetite for blood when one woman accidentally cut her finger and a Danag clamped its mouth over the wound to stem the bleeding. The Danag found the taste of blood sweet and agreeable and proceeded to suck all the blood and life out of the woman. The Danags shifted from a diet of taro to depending on human blood for sustenance. —RUBEN DE JESUS

Naglilinang ng gábi ang mga Danag noong unang panahon, kasangga ng tao sa paglinis at pagbungkal ng malalawak na bukirin. Nakahiligan nito ang dugo nang di-sinasadyang nahiwa ng isang babae ang kanyang daliri at isinubo ito ng Danag upang patigilin ang pagdugo. Naibigan ng Danag ang lasa ng dugo, dahil ito ay matamis at malinamnam sa panlasa, kaya tuloy-tuloy nitong sinipsip ang dugo ng babae hanggang tuluyan itong pinawian ng buhay. Mula sa pagkain ng gabi, lumipat sa paninipsip ng dugo ng tao ang mga Danag upang mabuhay.

Duwende [doo-**wen**-de]

TYPE: DUWENDE | **ORIGIN:** TAGALOG, CEBUANO

Duwendes are known to take offense when humans trespass on their territory, even inflicting physical harm on the offending party. This is why humans remind their children to always be careful they don't inadvertently disturb a Duwende's punso or anthill abode. Duwendes look like little old people with brown and wrinkly complexions. They typically have large, round eyes with acute vision and wide mouths filled with big teeth—all set in round faces with high cheeks. —JEANNELLE PITA

Galit ang mga Duwende sa mga nanghihimasok sa kanilang teritoryo, at kilala sila bilang mapaghiganti. Ito ang dahilan sa pagpapaalala ng mga magulang sa mga anak na mag-ingat, at baka di-sinasadyang makahimasok at makaistorbo sila ng punso. Anyong maliit na matandang tao na may kayumanggi't kulubot na balat ang mga Duwende. May malalaki, bilog at maliwanag na mata ang mga Duwende, at ang malapad na bibig nito ay puno ng malalaking ngipin—lahat ng ito, sa isang biluging mukha na may mataas na mga pisngi.

Ebwa [eb-wa]

TYPE: IMPAKTO | **ORIGIN:** TINGGUIAN

After the Tingguians bury their dead, they keep vigil at the grave site for nine days and nights. They light a fire that they keep burning continuously the entire time, to keep the Ebwa away. Ebwas are evil spirits that wander cemeteries looking for freshly buried corpses. Ebwa patiently wait until the mourners fall asleep, so they can exhume the body and steal it. If they work in groups, the Ebwas will simply swoop down and attack the mourners, and then snatch the dead.

—FRAN ALVAREZ

Matapos ilibing ng mga Tingguian ang kanilang patay, naglalamay sila sa puntod nang siyam na araw at gabi. Nagpapaningas sila ng apoy at binubuhay nila ito ng sing-daming bilang ng araw, upang hindi makalapit ang Ebwa. Ang mga Ebwa ay masasamang kaluluwang gumagala sa mga sementeryo, naghahanap ng sariwang bangkay. Matiyagang naghihintay ang Ebwa na makatulog ang mga bantay, upang malaya nitong mahukay ang katawan, at itakas ito. Kapag ang Ebwa ay nagkasama-sama, hindi ito nag-aatubiling salakayin ang mga bantay upang maagaw ang patay.

Gawigawen [ga-wee-**ga**-wen]

TYPE: HIGANTE | **ORIGIN:** TINGGUIAN

Gawigawen has six heads and possesses exceptional strength and incredible dexterity and skill with weapons. Five out of the six heads really don't have much use, other than giving it a horrifying appearance and the ability to look in different directions simultaneously. Only one of its heads has a brain. Gawigawen may be disabled and eventually killed, if one is able to cut off all six of its heads, to ensure that it no longer has a brain.   —JAMIE BAUZA

May anim na ulo si Gawigawen, at may pambihirang lakas at natatanging husay sa paggamit ng kagamitang pang-giyera. Lima sa anim na ulo ni Gawigawen ay walang gaanong silbi maliban sa pagbibigay dito ng nakahihilakbot na anyo, at kakayahang tumingin sa iba't-ibang direksyon nang sabay-sabay. Iisa lang sa anim na ulo ni Gawigawen ang may utak. Upang baldahin o patayin si Gawigawen, kinakailangang putulin ang anim na ulo nito, upang matiyak na wala na itong utak.

Gisurab 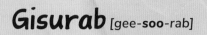 [gee-**soo**-rab]

TYPE: HIGANTE | **ORIGIN:** ISNEG

Gisurab has a keen sense of smell that comes in handy when sniffing out potential human victims. It almost always appears naked, usually with its enormous testicles exposed. Its genitals are Gisurab's vulnerable spot, and to kill it, humans must aim at its privates. Gisurab lives in a cave on a hill in the wilderness with its wife, Sibarrayungan, a kind-hearted giantess who will occasionally hide a stray human to save it from being eaten by her husband.

—AL ESTRELLA

May pambihirang pang-amoy si Gisurab, katangiang kapaki- pakinabang kapag naghahanap ito ng taong bibiktimahin. Kadalasang hubo't hubad ang higanteng ito, at nakalabas ang dambuhalang bayag. Sinasabing ito ang bahagi ng kahinaan ni Gisurab, at kung may taong nais pumatay dito, dapat nitong asintahin ang maselang bahaging ito. Si Gisurab ay nakatira sa isang kuweba sa masukal na gubat, sa isang burol, kasama ang asawa nitong si Sibarrayungan, isang mabait na higante na tumutulong sa mga naliligaw na tao sa pamamagitan ng pagkubli dito upang hindi makain ng kanyang asawa.

57

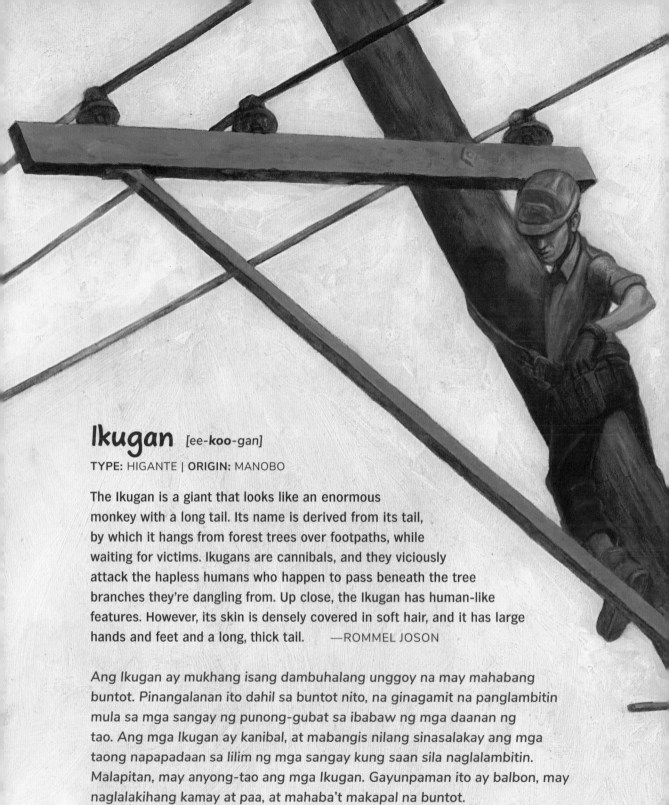

Ikugan [ee-**koo**-gan]

TYPE: HIGANTE | **ORIGIN:** MANOBO

The Ikugan is a giant that looks like an enormous monkey with a long tail. Its name is derived from its tail, by which it hangs from forest trees over footpaths, while waiting for victims. Ikugans are cannibals, and they viciously attack the hapless humans who happen to pass beneath the tree branches they're dangling from. Up close, the Ikugan has human-like features. However, its skin is densely covered in soft hair, and it has large hands and feet and a long, thick tail. —ROMMEL JOSON

Ang Ikugan ay mukhang isang dambuhalang unggoy na may mahabang buntot. Pinangalanan ito dahil sa buntot nito, na ginagamit na panglambitin mula sa mga sangay ng punong-gubat sa ibabaw ng mga daanan ng tao. Ang mga Ikugan ay kanibal, at mabangis nilang sinasalakay ang mga taong napapadaan sa lilim ng mga sangay kung saan sila naglalambitin. Malapitan, may anyong-tao ang mga Ikugan. Gayunpaman ito ay balbon, may naglalakihang kamay at paa, at mahaba't makapal na buntot.

Kapre [kap-re]

TYPE: DEMONYO | **ORIGIN:** TAGALOG, ILOKO, BIKOL, PAMPANGO, VISAYAN

The Kapre shifts sizes as needed, from being human-sized to being a giant with the proportions of a tower. The Kapre is described as being tall and dark-skinned, with a fine, muscular physique. It likes smoking cigars while perched on a branch of a balete tree. At its largest, a Kapre's legs could be as large as the trunks of an acacia tree, and its eyes as big as dinner plates. It can fool people in the forest because it makes little bird-like chirping noises.

—ABI GOY

Mula sa pagiging sinlaki ng tao hanggang sa pagiging sinlaki ng tore ng simbahan, lumalaki at lumiliit ang Kapre ayon sa pangangailangan. Ang Kapre ay matangkad at may maitim na balat, at may maganda at matikas na pangangatawan. Mahilig itong umupo sa sangay ng balete habang humihithit ng tabako. Sa pinakamalaking sukat nito, ang mga binti nito ay sinlaki ng katawan ng puno ng acacia, at ang mga mata, sinlaki ng mga plato. Nakalilinlang ito ng mga tao sa gubat dahil nakahuhuni ito na parang munting ibon.

Kibaan [kee-**ba**-an]

TYPE: ENGKANTO | **ORIGIN:** ILOKO

Long-haired, fair-skinned and as tiny as a two-year-old child, the Kibaan
has a mouth that gleams with gold teeth. A human who befriends a Kibaan
is richly rewarded with magical items—a pot, purse, hat, net, chain,
goat, whip or drum—all of which bring wealth to their owner. A Kibaan's
friendship comes at a steep price, however. The human must take care to
protect this friendship at all costs, and never give the Kibaan cause to be
angry, or it means they'll face an untimely death.　　—JAMIE BAUTISTA

Mahaba ang buhok, maputi ang balat, at sinliit ng isang batang
dalawang taong gulang, ang Kibaan ay may bibig na nangingislap
sa gintong ngipin. Ang isang taong makikipagkaibigan sa Kibaan
ay nagagantimpalaan ng mga mahiwagang gamit—isang palayok,
pitaka, sombrero, lambat, latigo, o tambol–mga bagay na maaaring
makapagdulot ng kayamanan sa may-ari. Gayunpaman, mahal ang
kabayaran ng pakikipagkaibigang ito sa Kibaan. Kinakailangang ingatan
ng tao ang kanilang pakikipagkaibigan sa Kibaan, at huwag bigyan ng
dahilan ang nilalang upang magtampo, dahil maaari nila itong ikamatay.

Kiwig [kee-wig]

TYPE: TAONG-HALIMAW | **ORIGIN:** HILIGAYNON

Kiwigs disguise themselves as humans in the daytime and prowl the streets at night assuming the form of fierce dogs, cats, goats or hogs. On the prowl, they can shape-shift at will, to corner unsuspecting victims or evade captors. Kiwigs apply a secret, foul-smelling oil to their bodies, which enables them to shape-shift and move swiftly. To ward off a kiwig, if people expect to be out on the road alone late at night, they carry slices of certain citrus fruits, like lemon or calamansi, to rub on themselves when they encounter a Kiwig. —HARRY MONZON

Sa araw ay nagbabalatkayo ang Kiwig bilang tao, at sa gabi ay gumagala sa mga kalye sa anyong aso, pusa, kambing, o baboy. Kapag gumagala, kusa silang nakapagbabago ng anyo, upang manukol ng biktima o tumakas sa mga nanghahabol. Upang makapagbago-bago ng anyo at mabilis na makakilos, ang Kiwig ay may ipinapahid na lihim na mabahong langis sa katawan. Bilang pangontra sa Kiwig, ang sinumang nagbabalak maglakad nang mag-isa sa daan sa gabi ay kinakailangang magdala ng hiniwang mga prutas na sitrus, gaya ng limon o kalamansi, na maaaring ipahid sa sarili kapag may nakasalubong na Kiwig.

Lampong [lam-**pong**]

TYPE: DUWENDE | **ORIGIN:** ILONGOT, ILOKO

The Lampong is the defender of wildlife. It assumes the form of a white deer with a single bright eye to protect animals from poachers and to guide them into safety, often putting its own life at risk. When hunters attempt to shoot it, the Lampong quickly turns into a little, bright-eyed and bearded old man wearing a black cap with two pointy ends. It severely reprimands the hunter who attempts to shoot any wild animals.　　—DOMZ AGSAWAY

Ang Lampong ay tagapangalaga ng mga hayop. Nag-aaanyong puting usa ito na may isang natatanging maliwanag na mata,upang ipagtanggol ang mga hayop mula sa mangangaso at upang gabayan ang mga ito patungo sa kaligtasan, na kadalasan ay nakasasanhi ng sarili nitong kapahamakan. Kapag sinusubukang barilin ito ng mga mangangaso, nag-iiba ng anyo ang Lampong at nagiging isang maliit na matandang lalaking may makinang na mata at mahabang balbas, at may suot na itim na sombrerong may dalawang matulis na dulo. Binibigyan nito ng matinding pangaral ang mangangasong nangangahas mamaril ng mga hayop.

Magtitima [mag-ti-**tee**-ma]

TYPE: ENGKANTO | **ORIGIN:** BUKIDNON

The Magtitima is a spirit that likes to dwell in balete trees, and its permission must first be sought before the tree is cut down or the negligent party will be struck down inexplicably by illness. To appease a Magtitima, mortals must make an offering of white chickens, to convince the Magtitima to move from the balete to another tree. When it chooses to show itself to mortals, the Magtitima appears as a white snake draped around the branches of a balete tree.　　　—BRENT SABAS

Ang Magtitima ay kaluluwang nananahan sa puno ng Balete, at ang pahintulot nito ay kinakailangang hingin bago putulin ang puno, kung hindi ay magkakaroon ng matinding karamdaman ang sinumang mangahas na sumuway. Upang amuin ang Magtitima, kinakailangang mag-alay ng mga mapuputing manok, upang hikayatin ang Magtitima na lumipat ng punong tirahan. Kapag nais nitong magpakita ito sa mga tao, lumilitaw ito bilang puting ahas na nakapalupot sa mga sangay ng balete

Mambabarang [mam-ba-**ba**-rang]

TYPE: BRUHA | **ORIGIN:** BIKOL

A Mambabarang is skilled in practicing sympathetic magic. In one of its methods, a doll is substituted for the victim. Strands of the victim's hair, or cuttings of their fingernails or toenails, are collected in a pouch and sewn onto the doll. The Mambabarang exposes the doll to bugs and worms, causing boils to appear on the skin of the victim. When the boils pop, bugs and worms come out of the victim's body through its various openings: eyes, nose, ears, mouth or any open sores. —JEANNELLE PITA

Dalubhasa ang Mambabarang sa karunungang itim. Sa isang pamamaraan, isang manyika ang inihahalili sa biktima para sa ritwal. lipunin ang mga hibla ng buhok o pinaggupitan ng kuko ng biktima sa isang maliit na lukbot na tatahiin sa manyika, at ito ay lilitaw bilang malalaking pigsa sa balat ng biktima. Ang mga pigsa ay puputok, at lalabasan ng uod at insekto sa sari-saring mga butas sa katawan ng biktima: mata, ilong, bibig, o anumang sugat.

Mameleu [ma-me-le-yoo]

TYPE: DRAGON | **ORIGIN:** WEST VISAYAN

A Mameleu is a large white sea serpent with two white horns about 30 fathoms long (about 180 feet or 55 meters), and a pair of red eyes that shoot out jets of fire. The Mameleu has long tusks and long teeth and a thin, slinky tongue covered with fine spikes. Its body is covered all over with hard, sturdy scales, and its long tail is forked at the end. When it's hungry, the Mameleu spits out green, slimy goo and makes loud, bellowing sounds.   —DANI GO

Ang Mameleu ay isang napakalaking puting ahas na may dalawang puting sungay na may habang 30 fathom (55 metro), isang pares ng pulang mga matang bumubuga ng apoy. Ito ay may mahahabang pangil at ngipin, isang mahaba at manipis na dilang balót ng pinong tinik. Ang katawan nito ay nababalot ng matigas at matibay na kaliskis, at ang buntot nito ay may bika sa dulo. Kapag nagugutom, ang Mameleu ay dumudura ng berdeng lusak, at ito ay umuungol.

Manananggal [ma-na-nang-gal]

TYPE: ASWANG | **ORIGIN:** TAGALOG

Manananggal comes from the word "tanggál," meaning "detached." The Manananggal uses its long, tube-like tongue to pierce the skin and suck out the viscera of its victims. To prevent a Manananggal from rejoining the bottom part of its body, one must move the lower body to where the creature won't be able to find it, or sprinkle vinegar and spices or ashes all over the gash— before sunrise.   —JAP MIKEL

Ang Manananggal ay mula sa salitang "tanggál". Ginagamit ng Manananggal ang kanilang mahaba at mala-tubong dila sa pagtusok ng balat at pagsipsip ng lamang-loob ng biktima. Upang pigilan ang Manananggal sa pagbuo muli ng katawan, kinakailangang itago ang ilalim na bahagi ng katawan nito upang hindi ito mahahanap, o buhusan ng suka at budburan ng rekado ang pinaghatian ng katawan—bago sumikat ang araw.

Mandurugo [man-**du**-ru-go]

TYPE: BAMPIRA | **ORIGIN:** TAGALOG

In the daytime, the Mandurugo is a pretty woman. At night, it transforms into a hideous and vicious creature. The Mandurugo preys on a new victim each night. It sits on top of the victim's house, unravels and drops its tongue through the roof, to prick the unfortunate victim's skin and suck the blood. The Mandurugo looks pregnant after getting its fill of blood. Once its thirst for blood is quenched, it flies away, crying "Kakak!" into the night sky.   —ANGELA TAGUIANG

Sa araw, ang Mandurugo ay isang magandang dilag. Sa gabi ito ay nagiging nakatatakot at mabangis na halimaw. Gabi-gabi nambibiktima ang Mandurugo. Tumatalungko ito sa ibabaw ng bahay ng bibiktimahin, at mula sa siwang sa bubong, ilalaglag at pahahabain ang dila, tutusukin ang balat ng malas na biktima, at sisipsipin ang dugo nito. Nagmumukhang buntis ang Mandurugo kapag nakaiinom ng dugo. Kapag napawi na ang uhaw para sa dugo, lilipad na ito palayo, at hihiyaw ng "kakak" sa kalangitan ng gabi.

Mangkukulam [mang-ku-**ku**-lam]

TYPE: BRUHA | **ORIGIN:** TAGALOG, ILOKO, PANGASINENSE

Lacking proper sleep due to their nocturnal activities, Mangkukulams have pallid skin and reddish eyes. They also always keep their gaze averted. A person looking directly into a Mangkukulam's eyes will notice their unique feature: the pupils are slit with vertical irises, like a cat's. A Mangkukulam can inflict harm or even kill its enemies with a mere look, word or hand gesture. Mangkukulams can cause pain and inflict tumors on their victims by chanting spells or pricking a doll with pins, and they can even possess a victim's body.   —ABI GOY

Ang Mangkukulam ay maputla at may mapupulang mata sanhi ng kakulangan sa tulog dahil sa mga gawain sa gabi. Mailap ang tingin ng mga Mangkukulam. Mapapansin ng taong nakatitig sa mata ng Mangkukulam ang kakatwang mga mata nito: ang pupil ay nahihiwa ng patayong iris gaya ng sa pusa. Ang Mangkukulam ay maaaring manakit o makapatay ng kaaway gamit lamang ang isang tingin, salita, o kumpas ng kamay. Nakasasanhi ang Mangkukulam ng sakit at pagtubo ng tumor sa katawan ng biktima sa pamamagitan ng orasyon, o pagtusok ng karayom sa manyika, at pananapi.

Mantahungal [man-ta-hoo-**ngal**]

TYPE: DEMONYO | **ORIGIN:** TAGBANUA

The Mantahungal looks like a cow without horns. Mantahungals make low, bellowing bovine sounds. It wears a shaggy coat of thick, coarse hair all over its body, which enables it to survive the hostile conditions of its cold, high-altitude forest home located far from human dwellings. Two pairs of tusk-like incisors protrude from its upper and lower jaws, which it uses to gore its victim, usually a small wild animal like a deer, and rip it to pieces.   —DANI FLORENDO

Ang Mantahungal ay mukhang baka na walang sungay. Umuungol ang Mantahungal na parang baka. Ang buong katawan nito ay nababalot ng makapal, buhaghag, at magaspang na buhok, panangga sa masungit at napakalamig na panahon sa gubat nitong tirahan sa napakataas na bundok, malayo sa tao. Dalawang pares ng pangil ang nakausli mula sa itaas at ilalim na panga nito, na ginagamit sa panunuwag at pagpira-piraso ng biktima, na kadalasan ay mga maliit na hayop gaya ng usa.

Marcupo [mar-koo-po]

TYPE: DRAGON | **ORIGIN:** WEST VISAYAN

The Marcupo is a giant snake with a wild and prominent red crest that makes it look very intimidating. On clear, calm days, they say that the Marcupo can be heard singing sweetly. When angered, the Marcupo exhales poisonous breath that kills anything instantly upon contact. Should farms and fields be sprayed with the Marcupo's breath, the poison is lethal enough to make them barren and toxic. Birds that land on the poisoned vegetation are likewise instantly killed.　　—ALDY AGUIRRE

Ang Marcupo ay isang higanteng ahas na may malago at napakalaking pulang palong sa ulo, na nakapagdudulot dito ng anyong nakasisindak. Sa malilinaw at tahimik na araw, sinasabing maririnig na umaawit ang Marcupo. Kapag ginalit, bumubuga ng nakamamatay na lason ang Marcupo. Kapag bugahan ng Marcupo ang mga bukid at taniman ng hininga nito, ang lason ay sapat na makapatay sa bukid at taniman, at tuluyan itong gawing tigang. Ang mga ibong dumadapo sa mga nalasong tanimang ito ay agad na mamamatay.

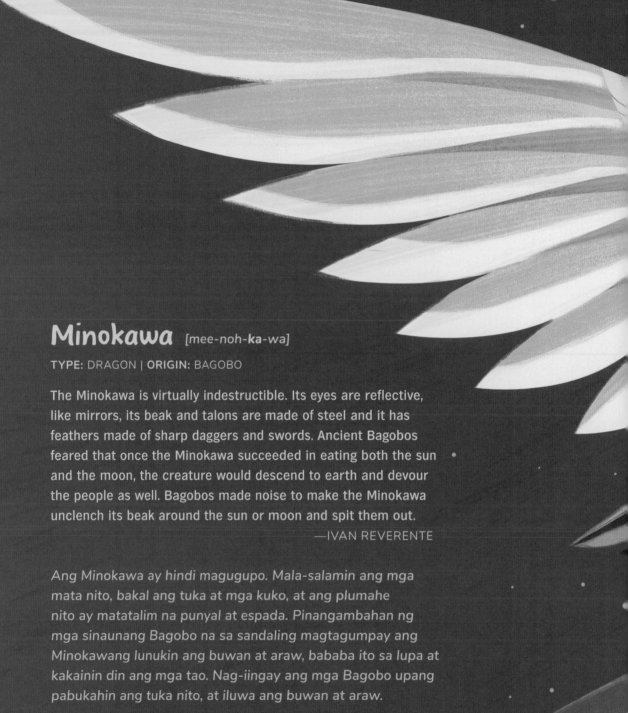

Minokawa [mee-noh-**ka**-wa]

TYPE: DRAGON | **ORIGIN:** BAGOBO

The Minokawa is virtually indestructible. Its eyes are reflective, like mirrors, its beak and talons are made of steel and it has feathers made of sharp daggers and swords. Ancient Bagobos feared that once the Minokawa succeeded in eating both the sun and the moon, the creature would descend to earth and devour the people as well. Bagobos made noise to make the Minokawa unclench its beak around the sun or moon and spit them out.

—IVAN REVERENTE

Ang Minokawa ay hindi magugupo. Mala-salamin ang mga mata nito, bakal ang tuka at mga kuko, at ang plumahe nito ay matatalim na punyal at espada. Pinangambahan ng mga sinaunang Bagobo na sa sandaling magtagumpay ang Minokawang lunukin ang buwan at araw, bababa ito sa lupa at kakainin din ang mga tao. Nag-iingay ang mga Bagobo upang pabukahin ang tuka nito, at iluwa ang buwan at araw.

Multo [mool-toh]

TYPE: MULTO | **ORIGIN:** TAGALOG

Multos are restless spirits that wander the places where they had lived—or died, if they were murdered. Multos assume different forms—ranging from human-like to glowing orbs and from solid life-forms to disembodied spectral entities. Some Multos may be dangerous, especially if they died a violent death, and want to avenge their death. They can even cause illness or possess the body of a living person if they wish to take care of unfinished business.   —JOMIKE TEJIDO

Ang mga Multo ay mga balisang kaluluwang gumagala sa mga lugar kung saan sila huling nanahan, o namatay, kung sila ay pinaslang. May iba't -ibang anyo ng Multo— may mala-tao, dispigurado, may kumikinang na globo, mayroong anyong totoong tao at mayroon ring malikmata. Ang ilan sa mga Multo ay masama at mapanganib, lalo na kung malagim ang kanilang pagkamatay at nais nilang maghiganti. Maaari silang makasanhi ng karamdaman, o sumanib sa katawan ng tao kapag may bagay pa silang nais tapusin.

Nuno sa Punso [noo-no sa poon-so]

TYPE: DUWENDE | **ORIGIN:** TAGALOG

Nuno sa Punso literally means "old man of the anthill." Extremely territorial, Nunos do not take intrusions to their property lightly. They're vengeful and may kidnap the child of the offending party to keep as a slave. By chanting ritual spells, they can cause the subject to have dry mouth, blindness or even inflict death. The Nuno's territorial nature may be due to the wealth of precious stones and gold it keeps in big jars inside its house. Nunos woo women they fancy into living with them by dazzling them with gifts.　　—IVAN REVERENTE

Ang mga Nuno ay kilalang madamot, at nagagalit sa panghihimasok sa kanilang pag-aari nang walang paalam. Mapaghiganti sila, at maaaring manakit sa pamamagitan ng pagdukot at pag-alipin ng anak ng nanghimasok, o sa pamamagitan ng pagsambit ng orasyong nakasasanhi ng pagkangiwi ng bibig, pagkabulag, o kahit kamatayan. Ang dahilan para sa kanilang pagdaramot ay ang malalaking garapon ng mga hiyas na sinasabing tinatago ng mga Nuno sa kanilang mga tahanan. Ginagamit nila ito sa pagsusuyo ng mga babaeng maibigan nila at nais maging kinakasama.

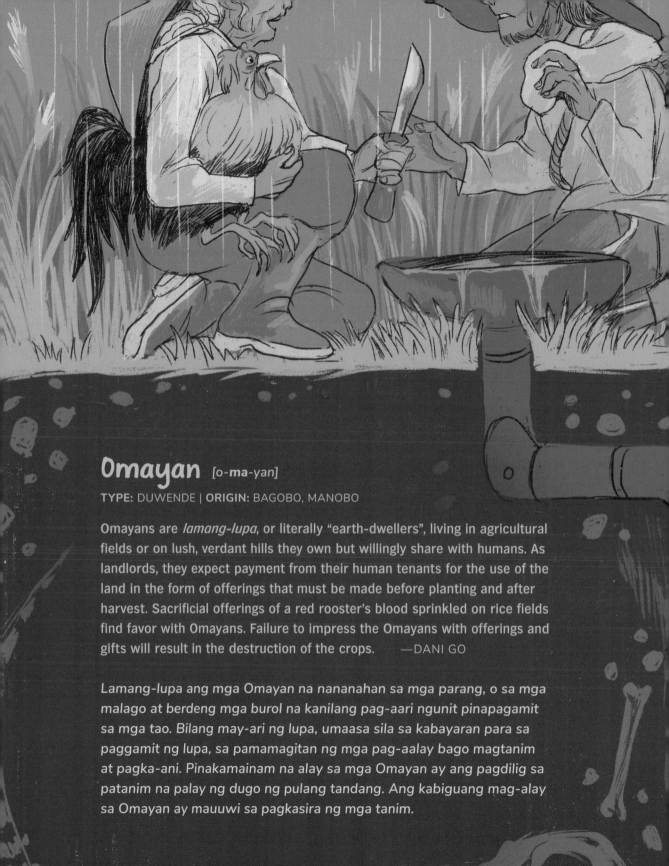

Omayan [o-**ma**-yan]

TYPE: DUWENDE | **ORIGIN:** BAGOBO, MANOBO

Omayans are *lamang-lupa*, or literally "earth-dwellers", living in agricultural fields or on lush, verdant hills they own but willingly share with humans. As landlords, they expect payment from their human tenants for the use of the land in the form of offerings that must be made before planting and after harvest. Sacrificial offerings of a red rooster's blood sprinkled on rice fields find favor with Omayans. Failure to impress the Omayans with offerings and gifts will result in the destruction of the crops.   —DANI GO

Lamang-lupa ang mga Omayan na nananahan sa mga parang, o sa mga malago at berdeng mga burol na kanilang pag-aari ngunit pinapagamit sa mga tao. Bilang may-ari ng lupa, umaasa sila sa kabayaran para sa paggamit ng lupa, sa pamamagitan ng mga pag-aalay bago magtanim at pagka-ani. Pinakamainam na alay sa mga Omayan ay ang pagdilig sa patanim na palay ng dugo ng pulang tandang. Ang kabiguang mag-alay sa Omayan ay mauuwi sa pagkasira ng mga tanim.

Palasekan [pa-la-se-kan]

TYPE: ENGKANTO | **ORIGIN:** ILONGOT

The Palasekan knows people's innermost secrets, and it whistles in the wind to communicate with them. As such, they're relied upon by humans as personal daily guides in life and love, for success in fishing, hunting, farming and even housekeeping. Palasekans warn their humans of impending danger and guide them along safe paths. Because they keep close to people, Palasekans are most likely to be accidentally spat on or stepped upon. When the Palasekan gets upset, it must be offered *bási*, wine made from juice pressed from sugarcane.   —GELAI MANABAT

Alam ng Palasekan ang mga pinakatinatagong lihim ng tao, at sumisipol ito sa hangin upang makipag-usap sa tao. Maaasahan ang Palasekan maging gabáy sa buhay at pag-ibig—sa masaganang pangingisda, pangangaso, pagtatanim, at kahit sa gawaing bahay. Pinapag-ingat ng mga Palasekan ang mga tao, at ginagabayan nila ito sa mga landas na ligtas. Dahil sa kanilang pagkalapít sa mga tao, ang mga Palasekan ay kadalasang naduduraan o natatapakan. Kapag nagtampo ang Palasekan, kinakailangan amuin ito ng bási, isang alak na gawa sa katas ng tubó.

Pugót 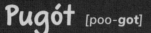 [poo-got]

TYPE: DEMONYO | **ORIGIN:** ILOKO, PAMPANGO

The Pugót is a tall, shadowy creature in the shape of a headless man (pugót means "decapitated" in Filipino). Some Pugóts might also be missing an arm or two. Flames light up a Pugót's neck stump if it's not bubbling over with blood. Even as it shape-shifts into animal forms, the Pugót is headless, emitting its wild flames. If the Pugót likes a woman, it will frighten off her suitors by throwing stones at them or by scaring them out of their wits with its appearance. —FRAN ALVAREZ

Ang Pugót ay isang mataas, madilim na nilalang sa hugis ng isang taong walang ulo. May mga Pugót ding walang isa o dalawang kamay. Nagbabaga ang pinagputulang leeg ng Pugót, kung walang kumukulong dugo sa ibabaw nito. Nakapagpapalit-palit ng anyo ang Pugót, at kahit mag-anyo itong hayop, wala itong ulo, at may apoy sa leeg nito. Kung may mapusuang dilag ang Pugót, tatakutin nito ang mga manliligaw nito sa pamamagitan ng pambabato o sa pagpapakita nito ng nakatatakot na anyo, na sapat na makasira ng bait.

Santelmo [san-tel-mo]

TYPE: DEMONYO | **ORIGIN:** TAGALOG, VISAYAN

The Santelmo suddenly appears from out of nowhere in the darkness of night—in the middle of a field or a swamp. The Santelmo rolls and tumbles restlessly, growing in size and intensity, until it changes into a beast with a fiery mouth. The Santelmo's light is mesmerizing, and the sight of it can hypnotize fishermen and travelers into following it, until they're too exhausted and weak to go home and are completely lost. To free oneself from the Santelmo's spell, one must take off all clothing and wear the garments inside out.

—ARA VILLENA

Biglang lumilitaw ang Santelmo mula sa kadiliman ng gabi—sa gitna ng parang o lati. Tumatalbog at gumugulong ang Santelmo, at habang lumalaki ay tumitindi ang liwanag, hanggang sa maging halimaw na bumubuga ng apoy. Ang liwanag ng Santelmo ay nakabibighani, at nakaaakit ng mga manlalakbay at mangingisda upang sundan ito, hanggang sa sila ay maging lubos na pagod at mahina, hanggang tuluyang maligaw. Upang makaiwas o makatakas sa balani ng Santelmo, kailangang hubarin ang kamiseta at baligtarin ito bago isuot muli.

Sigbin [sig-bin]

TYPE: TAONG-HALIMAW | **ORIGIN:** SAMAR

If not for its floppy ears that look like taro leaves, it's difficult to tell if a Sigbin is right side up or not, because its rear end looks pretty much like its head. It's similarly hard to tell if a Sigbin is moving forward or backward, because it runs as fast either way. On quiet nights, the flapping sound of the Sigbin's ears would most likely be the very last sound its victim will hear, because the Sigbin can kill a victim with a mere touch of its tongue.   —RUBEN DE JESUS

Kung hindi sa kumakawag-kawag na mga tenga nito na mukhang dahon ng gabi, mahirap masabi kung ang Sigbin ay nakatayo o nakabaligtad, dahil magkahawig ang ulo't buntot nito. Mahirap ring masabi kung ang Sigbin ay pasulong o paurong, dahil singbilis ito tumatakbo paurong at pasulong. Sa tahimik na gabi, posibleng ang tunog ng pagkawag ng tenga ng Sigbin ang huling tunog na maririnig ng biktima, dahil nakapapatay ang Sigbin sa isang dampi lamang ng dila nito.

Sirena [si-re-na]

TYPE: TAONG-ISDA | **ORIGIN:** BIKOL, ILOKANO, TAGALOG, IBANAG

Perhaps Sirenas do not date their own kind—the Siyokoys—and prefer foreign species. The Sirenas quite possibly outnumber the Siyokoys in the deep, and so they have to cast a wider net, so to speak, in searching for a partner. The Sirena spends a considerable time combing its hair and singing sad songs on rocks, riverbanks or seashores, hoping to catch the attention of a man it hopes will fall in love and agree to live with it under the sea.   —DOMZ AGSAWAY

Marahil ay hindi kursunada ng mga Sirena umibig sa kanilang kauring Siyokoy, at mas ibig nila ng dayuhan. O baka rin dahil sa ilalim ng dagat mas kaunti ang mga Siyokoy kaysa mga Sirena, kung bakit dapat itong maghanap ng mangingibig sa ibabaw ng lupa. Maraming panahon ang iginugugol ng Sirena sa pagsusuklay ng buhok at pag-aawit habang nakaupo sa ibabaw ng malaking bato, sa pag-asang may binatang makapapansin, iibig, at sasama dito sa ilalim ng dagat.

Siring [si-ring]

TYPE: DAMBUHALA | **ORIGIN:** BAGOBO

Sirings target the young children and hunters who happen to wander into their forest. The Siring will steal from them, pretend to be an echo or impersonate a person known to the victim. The victim is lured deeper into the woods by the familiar figure or voice, which is actually the Siring in disguise. The Siring likes to fatten up its victims by feeding them brown rice, which is actually worms. To find items stolen by the Siring, one must burn peppers with beeswax, then observe and follow the direction of the smoke. —PERGY ACUÑA

Pinupuntirya ng mga Siring ang mga bata at mangangasong naliligaw sa kanilang kagubatan. Nanakawan nila ito, magkukunwaring alingawngaw, magpapanggap na taong kakilala ng biktima. Mapasusuong sa kasukalan ng gubat ang biktima habang sinusundan ang pamilyar na tao o boses, na sa katunayan ay ang Siring. Pinapataba ng Siring ang mga biktima nito sa pamamagitan ng pagpakain dito ng pagkaing mukhang habhab, na sa totoo ay mga uod. Upang mahanap ang mga gamit na ninakaw ng Siring, kinakailangang magsunog ng siling hinaluan ng pagkit, masdan at sundan ang direksyon ng usok.

Siyokoy [see-**yoh**-koy]

TYPE: TAONG-ISDA | **ORIGIN:** TAGALOG

Siyokoys live in luxuriously decorated underwater dwellings with walls encrusted with gold and precious stones and with furniture made from gold and mother-of-pearl. Siyokoys appear during floods, scouting for children who happen to be either drowning or swimming in the murky floodwaters. The merfolk snatch children as tributes for the use of their rivers. Siyokoys are able to make their young recruits breathe underwater, to make them forget that they ever lived on land, so they'll grow up and live underwater as merfolk too.

—DASIG

Nananahan ang Siyokoy sa mararangyang palasyo sa ilalim ng dagat, na pinalamutian ng ginto at mamahaling hiyas, at ginayakan ng mga muwebles na yari sa ginto at nakar. Lumilitaw ang mga Siyokoy tuwing may baha, at nandurukot sila ng mga batang nalulunod o lumalangoy sa tubig-baha. Ang mga bata ay tinuturing ng mga Siyokoy at Sirena bilang buwis sa mga taong-lupa sa paggamit ng mga ilog. May kakayahan ang Siyokoy pahingahin sa tubig ang mga batang kanilang inaampon, at palakihin ito bilang taong-tubig na wala nang alaala ng pagiging taong-lupa.

Tahamaling [ta-ha-**ma**-ling]

TYPE: ENGKANTO | **ORIGIN:** BAGOBO

The Tahamaling is the guardian of animals. It's fickle-minded and notoriously moody and has a red complexion to match its fiery temper. It gets upset when people forget to ask for its permission when they enter a forest that is under the Tahamaling's protection, and so it inflicts harm or injury on the trespassers. An angry Tahamaling is appeased by offerings of food or betel nut chew. Beautifully crafted leglets—bands used as leg adornments—are the best gifts to put a Tahamaling in a good mood. —ROMMEL JOSON

Ang Tahamaling ay ang bantay ng mga hayop. Sumpungin at pabago-bago ang isip, may pula itong balat na tugma sa kasungitan nito. Nagagalit ang Tahamaling kapag nakaliligtaan ng mga taong humingi ng pahintulot ang pagpasok sa isang gubat na binabantayan nito, kaya ito nananakit. 'Di gaya ng Tahamaling na sumpungin, ang lalaking bersyon nito, ang maputi at mas malumanay na Mahomanay, ay laging mabait. Ang galit na Tahamaling ay napaaamo ng pag-aalay ng pagkain o nganga. Mga magaganda't magarbong palamuti sa binti ang mga regalong tiyak na makapagpapasaya sa Tahamaling.

Tikbalang [tik-ba-lang]

TYPE: DEMONYO | **ORIGIN:** TAGALOG

The Tikbalang has the head and lush mane of a horse and the bulky body of a tall, well-built male. The mischievous Tikbalang steals people's belongings and mimics people's relatives or friends to make them lost or trapped in a bamboo thicket. To break its spell, victims must strike the nearest tree with their knife or bolo, a native single-edged sword. A human can enslave a Tikbalang by mounting it, snatching three strands of its mane and riding it without falling off until the creature takes them home.   —DASIG

Ang Tikbalang ay may ulo at malagong kiling ng kabayo, at pangangatawan ng matangkad at matipunong lalaki. Ang pilyong Tikbalang ay nagnanakaw ng gamit, nagbabalatkayo bilang kamaganak o kabibigan ng mga tao upang ligawin ito, at mas malalá, upang ikulong sa palumpungan ng kawayan. Upang makawala sa balani ng Tikbalang, kailangang tagain ng biktima ang punong pinakamalapit gamit ang isang bolo. Maaaring alipinin ng isang tao ang Tikbalang sa pamamagitan ng pagsakay dito, pagbunot ng tatlong hibla ng kilíng nito, at sa pananatiling nakasakay nang hindi nahuhulog hanggang iuwi ito ng Tikbalang sa kanyang tirahan.

109

Tiktik [tik-**tik**]

TYPE: IMPAKTO | **ORIGIN:** TAGALOG

Tiktiks are the black bird-like sidekicks of Aswangs. They fly at night, scoping out villages for potential victims—pregnant women, babies, dying people— whatever their Aswang fancies. Tiktiks have exceptionally keen senses of sight, smell and hearing— all useful in hunting down prey. Tiktiks can fly, jump and hop very high, crawl on walls and hang from trees like bats. Once a target is identified, Tiktiks fly to the house of the victim to serve as a scout—to prepare for the arrival of the Aswang and ensure the success of the attack.   —SERGIO BUMATAY III

Ang mga Tiktik ay mga itim na mala-ibong kasabwat ng mga Aswang. Lumilipad ang mga ito sa gabi, sinusuyod ang kabayanan sa paghahanap ng mabibiktima— mga buntis, sanggol, taong naghihingalo—anuman ang napupusuan ng kanilang Aswang. Matalas ang paningin, pang-amoy at pandinig ng mga Tiktik— lahat kapakipakinabang sa paghahanap ng sisilain. Nakalilipad, nakalulundag at nakapagkakandirit nang mataas, nakagagapang sa mga dingding, at nakapaglalambitin mula sa mga puno na animo'y paniki. Minsang may mapintong biktima, nagpapauna ang Tiktik lumipad sa bahay ng biktima upang maghanda para sa pagdating ng Aswang, at tiyakin ang tagumpay ng pananalakay.

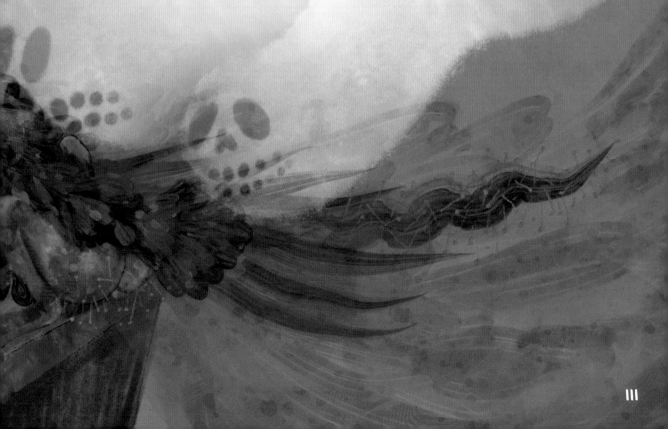

Tiyanak [tee-ya-nak]

TYPE: DUWENDE | **ORIGIN:** TAGALOG

Tiyanaks are the spirits of unborn babies, aborted fetuses and babies that died before they were baptized. The shape-shifting Tiyanak enjoys pretending to be an abandoned baby in a forest or field so they can lead unwary travelers astray. As soon as the human picks up the Tiyanak, it transforms into a hideous little monster: a little old man with wrinkled skin, wild eyes and a big mouth filled with very sharp teeth. To counter a Tiyanak's spell, take off your shirt and wear it inside out so you won't get lost. —IORI ESPIRITU

Ang mga Tiyanak ay kaluluwa ng mga nakunang sanggol, bilíg na ipinalaglag, o sanggol na namatay bago nabinyagan. Tuwang-tuwa ang Tiyanak magpanggap bilang sanggol na naiwan sa gubat o sa gitna ng parang upang iligaw ang mga manlalakbay. Sa sandaling pulutin sila ng tao, bigla silang nagbabagong-anyo at nagiging halimaw—isang maliit na matandang lalaking kulubot, mabangis ang mga mata, at may isang malaking bibig na puno ng matulis na ngipin. Pangontra sa pamimighani ng Tiyanak ay ang paghubad ng manlalakbay ng kanilang kamiseta upang isuot ito nang pabaligtad, upang hindi maligaw.

Ugkoy [oog-koy]

TYPE: TAONG-ISDA | **ORIGIN:** WARAY

Ugkoys have thick, plated skin and clawed, webbed fingers and toes. Ugkoys are amphibians that keep mostly underwater and emerge from their watery home when powerful typhoons and monsoons cause the rivers to swell and flood the plains. Ugkoys take advantage of the floodwaters and take their pick among the stranded fishermen and drowning folks. The Ugkoy drags the hapless victims by their feet, down into the creature's habitat in the deepest part of the river.   —BETH PARROCHA

Ang mga Ugkoy ay may makapal, makaliskis na balat, at makukong mga kamay at paa na parang sa buwaya. Kadalasan sila ay nasa ilalim ng dagat at umaahon lamang tuwing may bagyo o malakas na ulan at namamaga ang mga ilog at nagbabaha sa kapatagan. Sinasamantala ng mga Ugkoy ang baha upang makadukot ng mga nalulunod at mga mangingisdang hindi makabalik sa pampang. Sinasaklot ng Ugkoy ang paa ng kalunos-lunos na biktima at hinihila pababa sa tirahan nito sa pinakamalalim na bahagi ng ilog.

Ungo [oo-ngo]

TYPE: TAONG-HALIMAW | **ORIGIN:** CEBUANO

In the daytime, the Ungo in its human form freely mingles with humans, and at night, it's compelled by a supernatural force to transform into a hairy beast that craves human flesh and blood. If a potential victim recognizes the beast despite its transformation and calls them by their name, the Ungo will stop its attack.

—BRENT SABAS

Gamit ang kanilang anyong-tao, malayang nakihahalubilo ang Ungo sa araw, at sa gabi, inuudyok ito ng pwersang talulikas na maging mabalahibong halimaw na may masidhing pagnanais para sa laman at dugo ng tao. Sa kabila ng halimaw na anyo nito, kapag nakilala ng isang biktima ang Ungo at pinangalanan nila ito, titigil ang Ungo sa kanilang pananalakay.

Wakwak  [wak-**wak**]

TYPE: ASWANG | **ORIGIN:** SURIGAO

Wakwaks befriend pregnant women to get close to the unborn baby. They shed their beautiful appearance at nighttime and fly like a bat to perch on the roof of a pregnant woman's house, where they unfurl their long, threadlike tongues through a hole in the thatching, to pierce the sleeping pregnant woman's navel and violently suck out the fetus, leaving the poor victim to bleed until she dies. To keep Wakwaks away, people place a pomelo on the roof above the room where the pregnant woman sleeps.

—TIN JAVIER

Nakipagkakaibigan sa buntis ang mga Wakwak upang makalapit sa sanggol nito sa sinapupunan. Sa gabi, nawawala ang magandang kaanyuan ng Wakwak at, parang paniki, lumilipad at dumadapo ito sa ibabaw ng bubungan ng biktima, kung saan ilaladlad nito ang mahabang gasinulid na dila — sa siwang sa bubungang nipa, upang tusukin ang pusod ng buntis at sipsipin ang bilíg, at iwanang nagdurugo ang biktima hanggang tuluyang mamatay. Upang hindi makalapit ang mga Wakwak sa buntis, naglalagay ang mga tao ng suha sa bubungan sa ibabaw ng silid na tinutulugan ng buntis.

White Lady [hwayt-**ley**-dee]

TYPE: MULTO | **ORIGIN:** WESTERN

Behind every White Lady is a sad story of a betrayal or abuse by a spouse or lover, an unrequited love or a violent crime. The White Lady comes out at night, along dark roads or highways, wandering near the place where victims committed suicide, got in an accident or were otherwise killed. Cab drivers who know the story keep their doors locked and don't slow down or stop. Those who don't know the tale unwittingly take the White Lady as a passenger, only to be spooked later by her ghastly reflection in the rear-view mirror.

—ANGELA TAGUIANG

Bawat isang White Lady ay may malungkot na kuwento ng kataksilan o pang-aabuso ng asawa o mangingibig, ng pag-ibig na hindi sinuklian, o ng malagim na krimen. Nagpapakita ang White Lady sa gabi, sa madidilim na kalye o malalawak na lansangan, malapit kung saan sila nagpatiwakal, naaksidente, o napatay. Ang mga tsuper na nalalaman ang kuwento ay hindi tumitigil, at pinapanatiling nakapinid ang pinto. Ang mga tsuper na hindi alam ang kuwento ay naaawa at isinasakay ito, at nangingilabot na lamang pag-aninag ng anyo ng kanyang pasaherong nakaupo sa likod.

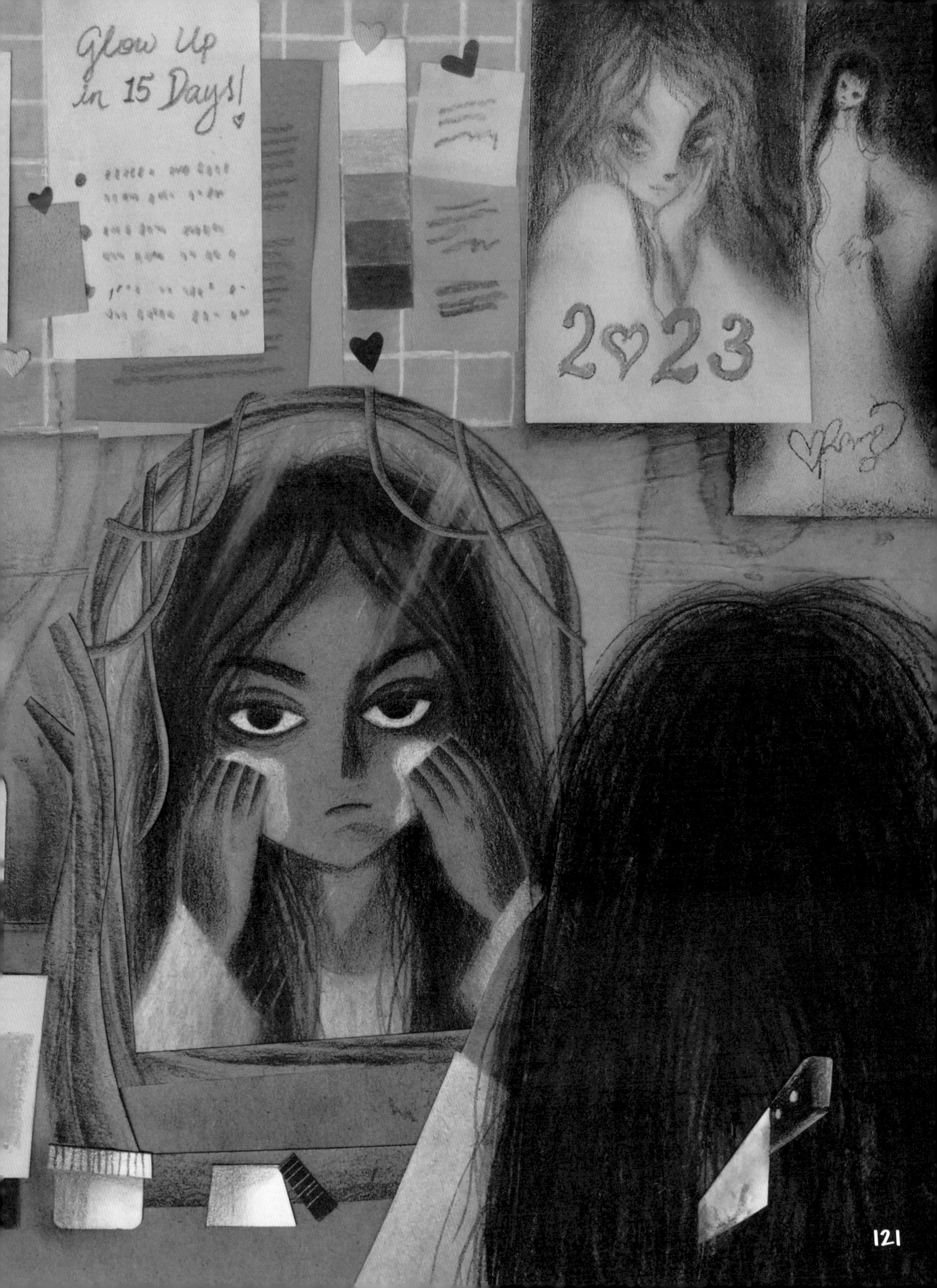

Glow Up in 15 Days!
2♡23

Wirwir [weer-**weer**]

TYPE: IMPAKTO | **ORIGIN:** APAYAO

The Wirwir's insatiable appetite for dead bodies causes it to constantly wander in cemeteries, looking for fresh graves. Wirwirs look like misshapen people with gnarly fingers and toes and long, curved nails. Not only do Wirwirs steal dead bodies to eat, they also loot the graves for valuables that may have been buried with the dead and bring them back to their cave dwellings. Newly bereaved families prevail on the native priests to perform rituals to placate the Wirwir and spare their dead. —MARCUSHIRO NADA

Ang tila hindi mapawing pagnanais sa mga patay ng Wirwir ang dahilan kung bakit lagi itong gumagala sa mga sementeryo, naghahanap ng mga sariwang puntod. May anyong dispiguradong tao na may balikong mga daliri sa kamay at paa ang mga Wirwir. Hindi lamang mga bangkay ang ninanakaw ng mga Wirwir kungdi mga mahahalagang bagay na maaaring inilibing kasama ng patay at inuuwi nila ang mga ito sa kanilang tirahang yungib. Ang mga naulila kadalasan ay nagpapatulong sa mga albularyo upang magsagawa ng ritwal upang pakiusapan ang Wirwir na huwag galawin ang kanilang patay.

Established in 1991, Ang INK (Ang Ilustrador ng Kabataan) is the Philippines' first and only organization of artists dedicated to children's book illustrations. The group consists of the best visual artists working in the country today, many of whom have won local and international awards and recognition for their work. "The Amazing Beasts of Phillipine Mythology" was written and illustrated by members of Ang INK.

ILUSTRADOR
NG
KABATAAN
ANG INK

THE WRITER

MAY TOBIAS-PAPA

May is a professional momsplainer and kiddifier of difficult subjects. May's portfolio as writer and illustrator of children's books includes works that have been recognized with awards and citations by local and international organizations, including the Carlos Palanca Memorial Awards for Literature, National Children's Book Awards Best Reads, PBBY-Alcala Prize, Philippine Quill Awards, Anvil Awards, The White Ravens, Digital Ehon Awards, American Association of School Librarians and Kirkus Star.

ART DIRECTOR

LIZA FLORES

Liza Flores is one of the leading children's book illustrators in the Philippines. Her books "The Secret Is in the Soil" (2012), and "Ang Maliit na Kalabaw" (2021) have been included in the National Children's Book Award Best Reads for 2012-2013 and 2020-2021. She mentors illustrators from different countries through Room to Read, an international nonprofit organization. Liza also runs Studio Dialogo, a graphic design studio in Manila. She designed "KarapatDapat" (2018), which was included in The White Ravens list in 2020.

THE ILLUSTRATORS

PERGY ACUÑA

Pergy is a craft artist and illustrator. She enjoys working with paper and textiles to create 2D and 3D artworks. She has illustrated more than 10 children's books, including "Bahay Kubo" (Adarna House), which won the Save the Children Award at the third annual National Children's Book Awards in 2014. To make her art, Pergy collects paper, fabric and dreams.

DOMZ AGSAWAY

Domz's portfolio includes work done for Adarna House's Good Manners Books, "Atin Cu Pung Singsing", Room to Read International/Hiyas's "Sakto Lang", Philippine Daily Inquirer and Nibblings Comics. He won the PBBY-Alcala Grand Prize in 2013. His book "Ngumiti si Andoy," written by Xi Zuq, received a National Children's Book Award Best Reads 2014 citation. He wrote and illustrated a LGBTQIA-friendly picture book, "Boy Kendeng."

ALDY C. AGUIRRE

Aldy is based in Quezon City, Philippines. His works have received awards and citations—both locally, from NCBD and PBBY, and internationally, from Ilustrarte in Castelo Branco, Portugal, and Sharjah Exhibition for Children's Book Illustrations. His work for the book "Papuntang Community Pantry" earned him a finalist spot at the 2022

Bologna Children's Book Fair Illustrators competition, while his book "Si Kian" is included in the White Ravens Catalog by the International Youth Library in Munich, Germany.

ROBERT ALEJANDRO

Robert is a founding member of Ang INK (Ang Ilustrador ng Kabataan). He is an award-winning graphic designer and book illustrator. Robert is one of the creative brains behind the popular and well-loved Filipino arts and crafts shop Papemelroti. He used to host "Art Is Cool," a children's television art show, and to date, he continues to inspire children and adults alike to make art with his free online workshops.

FRAN ALVAREZ

Fran Alvarez is an illustrator & graphic designer based in Rizal. She is a former Bartels Science Illustration Program intern at The Cornell Lab of Ornithology, and their book "An Eagle's Feather" was shortlisted in the Green Earth Book Awards. Fran has also been a finalist at the Bologna Children's Book Fair Illustrators Exhibition and has exhibited at the Sharjah Children's Reading Festival.

AARON ASIS

Aaron Asis is an illustrator best known for his use of vivid colors and expressive brushstrokes. His works have been recognized by the Philippine Board on Books for Young People (PBBY) and the Society of Illustrators. He loves to tell stories through images and draws inspiration from childhood, nature and everyday life.

JAMIE BAUZA
Jamie is an illustrator, designer and crafter from Manila. She loves to tell stories with her work and is passionate about picture books. She is inspired by colorful scenes from everyday life, nature, children and dance. She loves working with different media, from watercolors, pencils and acrylics to ceramics. She has illustrated more than 11 picture books and received a National Children's Book Award for "Magtanim ay Di Biro."

SERGIO BUMATAY III
Sergio is a children's book illustrator, painter and graphic designer. He received two National Book Awards: "The Boy Who Touched Heaven" (2007) and "Ay Naku!" (2010); two PBBY-Alcala Illustrator's Grand Prizes: "Naku, Nakuu, Nakuuu!" (2008) and "Tight Times" (2007); 2013 Peter Pan Prize (IBBY-Sweden, Göteborg Book Fair). His works have also received recognition in South Korea, the United Arab Emirates and Japan. His MFA thesis, "ANIMA: A Picturebook in Space," is a 3D installation.

KORA DANDAN-ALBANO
Kora Dandan-Albano is a painter, illustrator and children's book author. She holds a bachelor's degree in painting from the U. P. College of Fine Arts in Diliman. Kora has illustrated 47 children's books for both local and international publishers. "All About the Philippines," a book she illustrated for Tuttle Publishing, received the American Moonbeam Children's Book Award gold prize in 2016. Her picture-poetry book "Habulan" (Anvil, 2016) won a National Children's Book Award in 2018.

DASIG
Dasig is a creative, diverse illustrator and artist with extensive experience in designing and developing a broad range of visual pieces to meet with program objective. He is particularly adept in creating original, vibrant artworks that capture the attention of both serious and casual viewers. His work is printed and exhibited in the Philippine National Museum, Ateneo Arete Museum, Ayala Museum, Vargas Museum and CANVAS Gallery.

RUBEN DE JESUS
Ruben is the Illustrators' Sectoral Representative of the Philippine Board on Books for Young People (PBBY). He considers his work for "Ang Mahiyaing Manok" (The Shy Rooster) as one of his major achievements as an artist. His illustrations for "Ang Mahiyaing Manok" received accolades from the Noma Concours for Children's Picture Book Illustrations (Tokyo, Japan) and the New York Showcase Exhibition and Competition of the Society of Children's Book Writers and Illustrators (SCBWI).

IORI ESPIRITU
Iori Espiritu is an illustrator and ceramic artist. She has created several children's books, including "Kung May Dinosaur sa Kamalig ni Lolo," "Mga Hayop sa Filipinas" and "When Zero Left Number Land." She has pursued graduate studies in fine arts at the University of the Philippines and has exhibited her work both in the Philippines and abroad.

AL ESTRELLA
Al Estrella is a grade school teacher at DLSU Integrated School. He has illustrated over 15 books including "Supremo," which was awarded Best Reads for 2014-2015 National Children's Book Awards. His works had been featured in The Philippine Daily Inquirer, Brown University School of Public Health and Nylon Magazine. He has collaborated with Play-Doh, Nara and Dong-A. Al also received the bronze award in the Japan Illustrators' Association Award in 2022.

DANI FLORENDO
Danielle is a Baguio-based freelance illustrator. After graduating with a bachelor's degree in fine arts, she pursued a career in graphic design and illustraton. She works primarily in watercolor and digital media. During her free time, she creates murals for schools in need. Among the books Dani has illustrated are "Pong Pong Ginatbong" (Ilaw ng Tahanan Publishing Inc.), "Ang Bahay na Maraming Klasrum" (Johnny and Hansel Publication) and "Maselan ang Tanong ng Batang si Usman" (Hiyas Publishing).

DANI GO
Dani Go is a Filipino-Chinese illustrator from Manila, who illustrates pictures and characters for books, animation and comics. She received an MFA in illustration practice at the Maryland Institute College of Art in 2020. Since graduating, Dani has illustrated picture books for children: "Ang Maliit na Gagamba" (Adarna House), "Pediatrician and Pioneer: The Story of Fe del Mundo" (Kado Publishing) and "The

Steadfast Snail" (OMF Literature), to name a few.

ABI GOY

Abi had wanted to become a scientist when she grew up but became an illustrator instead. She has illustrated many picture books, including "Big John," "On Sundays," "Blue Day" and "Dancing Waters." Some of her illustrations have been featured in the Sharjah Children's Books Illustrations Exhibition in UAE. As principal designer of Studio Dialogo, Abi spends most of her time designing and illustrating all kinds of stuff, including "Safe Space" and "YOUTHINK," two zine-style activity books geared for kids and teens. which both won the Philippine's National Children's Book Awards, Best Reads. Abi loves listening to music, traveling and eating noodles.

TIN JAVIER

Tin, a collage maker and mixed media artist, takes inspiration from her love of history, Filipino heritage and nature. Her portfolio consists of works commissioned by the National Commission of Culture and the Arts, McDonald's Philippines and Climate Lit Org. She won the Grand Prize in the PBBY-Alcala Prize in 2021, and her works were featured in the Children's Spectator Exhibit at the 2022 Bologna Children's Book Fair.

ROMMEL JOSON

Rommel Joson is a painter and a children's book and comics illustrator. He won third place in the Neil Gaiman/Fully Book Graphic Fiction Competition in 2006 and his picture book "Isang Harding Papel," written by Augie Rivera, won the Filipino Reader's Choice

Awards for Children's Picture Books in 2015. He is currently a lecturer at the University of the Philippines College of Fine Arts.

GELAI MANABAT

Gelai loves drawing children and drawing for children. She currently works at Adarna House, a Philippine children's book publishing company, and is happy to have illustrated "Masayang Magtanim" (Adarna House, 2017), "Inside Daniel's Head" (Adarna House, 2018) and "Kapit, Kapit, Bahay, Bahay" (Save San Roque Alliance, 2019).

JAP MIKEL

Jap is an illustrator whose works are inspired by Philippine history and culture, particularly mythology and folklore. He has designed store murals for Nike Park BGC and campaign materials and merchandise for the CineFilipino Film Festival. His portfolio includes the illustration for the cover of "Bone Talk," US edition, (Scholastic, 2019) and the comic books "Doorkeeper" (2017) and "Unang Engkantada" (2022). He created "Lakapati" (2022) for the Rurok anthology.

HARRY MONZON

Harry keeps fragmented drawings in his sketchbooks, which he usually opens when he's looking for something to work with. His first wordless picture book, "Pagkatapos ng Unos," is one of the recipients of the 2018 PBBY Wordless Book Prize. The book also made it into the White Ravens catalog.

MARCUSHIRO NADA

Marcushiro is a multi-disciplinary artist and educator from Cubao, Philippines. In 2006 he

co-founded the creative studio Electrolychee, working on projects with local and international clients. Marcushiro's works are featured in various publications. He has illustrated more than 15 children's book including the much beloved "Madyik Silyani Titoy" (2002) and "Mga Bahagi ng Katawan" (2021), which he also wrote. His considers his lovely daughter, Duyan Averi, as his best collaborative work with his wife and creative partner, Bru.

BETH PARROCHA

Beth's works have received awards and citations from the National Book Awards, Gintong Aklat Awards, the National Children's Book Awards, Noma Concours, Yahoo Asia and AFCC Samsung Kids-Time Awards. In 2017, she received the first-ever AFCC Asian Children's Book Award for her work in "Tiny Feet, Tiny Shoes" (Scholastic Asia). Her work for "The Pencil Who Would Not Write" (ABC Educational Development Center) won first place in the 2021 International Indie Children's Book Cover Award. Her recent works "Bulul" and "Ako ay May Kiki" were named National Children's Book Awards Best Reads for 2020-2021.

JEANNELLE PITA

Jeannelle is a microbiologist turned illustrator. Her favorite subject to illustrate is the subtle magic of everyday life. Her work has been featured in children's picture books "Leron, Leron, Sinta" (Adarna House), clothing lines (Tili Dahli) and galleries (INK Story at the Ateneo Art Gallery). She likes to work mainly with watercolors combined with other media.

IVAN REVERENTE

Ivan graduated cum laude from the University of the Philippines, Diliman, with a bachelor's degree in fine arts. His work received an Honorable Mention from the Philippine Board on Books for Young People-Alcala Prize in 2019. He illustrated "Ang Kuya Kong Zombie" and "A Stage in the Forest" for Room to Read, which were also included in the Asian Festival of Children's Content (AFCC) Book Illustrators Gallery in 2020 and 2022, respectively.

BRENT SABAS

Brent Sabas is an advertising senior art director, painter and illustrator. He has been included in Real Living Magazine's 2016 25 Creatives to Watch list, and his works have been featured in several print and online publications like Tatler Asia, CNN Philippines and Nylon Manila. He has also held solo exhibitions at Galerie Stephanie and Space Encounters Gallery and illustrated several books for Lampara Publishing.

ANGELA TAGUIANG

Angela's illustrations for "Ang Batang Papet" (The Child Puppet) were featured in the ninth annual Sharjah Exhibition for Children's Books Illustrations in 2021. In the same year, she received an Honorable Mention from the Philippine Board on Books for Young People-Alcala Prize. Most recently, she was one of two recipients of the 2023 PBBY Wordless Book Grand Prize. She loves drawing with pencils because of their delicate yet expressive quality.

JOMIKE TEJIDO

Jomike Tejido is an architect turned writer-illustrator. His Philippine publications include book series such as "Jepoy the Jeepney," "Claysaurus" and "Nasaan Po Sila?" He also illustrated James Patterson's "Middle School,""Pet Charms" (Scholastic), and "Jumbo Stickers for Little Hands" (Walter Foster Jr.). He is the writer-illustrator of "There Was an Old Woman Who Lived in a Book" (Little & Brown 2019). When not making books, Jomike paints on canvas.

ARA VILLENA

Ara Villena is an award-winning illustrator for children's books and comics. She has illustrated over 20 storybooks, for Adarna House Publishing, Lampara Books, Pumplepie Books & Happiness, Asia Pacific Forum on Women, Law and Development and more. She won the 2018 PBBY-Alcala Grand Prize Award for her illustrations for "May Alaga Akong Bakulaw (Adarna House, 2019). Her independently published comic book, "LAYA," garnered awards for Best Komiks, Best Illustration and Best Writer at the 2020 Komiket Awards.

BIBLIOGRAPHY

Blumentritt, Ferdinand, and Jordan Clark. *Diccionario Mitológico de Filipinas: Dictionary of Philippine Mythology.* Philippines, Aswang Project, 2021.

Clark, Jordan. "A Compendium of Creatures from Philippine Folklore & Mythology: The Aswang Project." *The Aswang Project*, 22 Feb. 2016, www.aswangproject.com/creatures-mythical-beings-philippine-folklore-mythology/#D. Accessed 12 Dec. 2022.

Kintanar, Thelma B. *The University of the Philippines Cultural Dictionary for Filipinos*. University of the Philippines Press, 1996.

Ramos, Maximo D.. *The Aswang Complex in Philippine Folklore*. Createspace Independent Publishing Platform, 15 Jan. 1971.

Ramos, Maximo D. *The Creatures of Midnight*. Phoenix Publishing House, 1990.

Ramos, Maximo D. *The Creatures of Philippine Lower Mythology*. Phoenix Publishing House, 1990.

Scott, William Henry. *Barangay: Sixteenth-Century Philippine Culture and Society*. Quezon City, Manila, Philippines, Ateneo De Manila University Press, 1997.

Published by Tuttle Publishing, an imprint of
Periplus Editions (HK) Ltd.

www.tuttlepublishing.com

Illustrations © 2024 The individual artists (as noted).
Art director: Liza Flores
Text © 2024 May Tobias-Papa

ISBN 978-0-8048-5667-6

Distributed by
North America, Latin America & Europe
Tuttle Publishing
364 Innovation Drive,
North Clarendon, VT 05759-9436 U.S.A.
Tel: (802) 773-8930 Fax: (802) 773-6993
info@tuttlepublishing.com
www.tuttlepublishing.com

Asia Pacific
Berkeley Books Pte. Ltd.
3 Kallang Sector, #04-01, Singapore 349278
Tel: (65) 6741-2178 Fax: (65) 6741-2179
inquiries@periplus.com.sg
www.tuttlepublishing.com

26 25 24 23   5 4 3 2 1   2309EP
Printed in China

TUTTLE PUBLISHING® is a registered trademark of Tuttle Publishing, a division of Periplus
Editions (HK) Ltd.

"Books to Span the East and West"

Tuttle Publishing was founded in 1832 in the small New England town of Rutland, Vermont (USA). Our core values remain as strong today as they were then—to publish best-in-class books which bring people together one page at a time. In 1948, we established a publishing outpost in Japan—and Tuttle is now a leader in publishing English-language books about the arts, languages and cultures of Asia. The world has become a much smaller place today and Asia's economic and cultural influence has grown. Yet the need for meaningful dialogue and information about this diverse region has never been greater. Over the past seven decades, Tuttle has published thousands of books on subjects ranging from martial arts and paper crafts to language learning and literature—and our talented authors, illustrators, designers and photographers have won many prestigious awards. We welcome you to explore the wealth of information available on Asia at **www.tuttlepublishing.com**.